அறியம் பருவம்

முதற்பதிப்பு: 2023
First Edition: 2023

Ariyum Paruvam

அறியும் பருவம்

Pattukottai Prabakar

பட்டுக்கோட்டை பிரபாகர்

ISBN: 978-93-95166-01-0

Pustaka
EBooks | Audiobooks | Paperback

Pustaka Digital Media Pvt. Ltd.
#7-002, Mantri Residency,
Bannerghatta Main Road, Bengaluru - 560 076
Karnataka, India

+91 7418555884

அறியும் பருவம்

பட்டுக்கோட்டை பிரபாகர்

Pustaka
EBooks | Audiobooks | Paperback

முன்னுரை

அன்புள்ள உங்களுக்கு...

வணக்கம்.

பாக்யா - வார இதழில் தொடராக வெளிவந்த கதை. இந்தத் தொடர் வெளிவர ஆரம்பித்து நான்கு வாரங்கள் ஆகியிருந்த சமயம் திரு. கே. பாக்யராஜ் என்னை அழைத்தார். சினிமா தொழில்நுட்பம் கற்றுக்கொள்ள நான் அவரிடம் உதவியாளராய் சேர்ந்து கொஞ்ச நாட்கள்தான் ஆகியிருந்த நேரம் அது.

"நம்ம பாக்யால இப்ப நீங்க எழுதிக்கிட்டு வர்ற புது தொடர்கதை ரொம்ப நல்லா ஆரம்பிச்சிருக்கிறதாவும், ஒரு சினிமாவுக்கான ஸ்கோப் உள்ள கதை மாதிரி இருக்கிறதாவும் படிச்சவங்க எல்லாம் சொன்னாங்க. எனக்கு மிச்ச கதையும் சொல்லுங்களேன்" என்றார். ஒரு திருமணத்தில் கலந்துகொள்ள வெளியூர் வந்து நாங்கள் அனைவரும் தங்கியிருந்த அறையில் நள்ளிரவில் ஒரு மணி நேரத்திற்கு மேல் பொறுமையாகக் கதையைச் சொன்னேன். குறுக்கே ஒரு வார்த்தை என்றால் ஒரு வார்த்தை பேசாமல் பொறுமையாகக் கேட்டார். அதன் பிறகு கதையைப் பாராட்டிவிட்டு அக்கு வேறு, ஆணி வேறாகக் கதையை போஸ்ட்மார்ட்டம் செய்து பேசினார். கதையின் பலம், பலவீனம் இரண்டையும் அவர் காரண காரியங்களுடன் விளக்கினபோது பிரமிப்பாக இருந்தது. முன்னர் ஒருமுறை நான் எழுதின ஒரு கதையில் இந்தக் கதையில் வருவது போலவே சம்பவ அமைப்பு வருவதைச் சுட்டிக் காட்டியபோது அவரின் நினைவாற்றல் வியக்கச் செய்தது.

கதையின் பலவீனங்களாக அவர் குறிப்பிட்ட சில விஷயங்கள் மிக நியாயமாக இருந்ததால் நான் யோசித்து வைத்திருந்த கதையின் பின்பகுதியை அப்படியே மாற்றிவிட்டு வேறு விதமாக அமைத்து எழுதினேன். அப்படி மாற்றி எழுதியதால்தான் இந்தக் கதைக்கு நல்ல பாராட்டுக்கள் கிடைத்தன என்பதை மிக உண்மையாக இங்கே குறிப்பிட விரும்புகிறேன். தொடர் முடிந்த பிறகும் அவர் நினைவாக, "உங்க கதையைப் பாராட்டி எக்கச்சக்கக் கடிதங்கள் வந்திருக்குன்னு சொன்னாங்க. எல்லாத்தையும் கொண்டு வரச்சொல்லிப் படிச்சிப்பார்த்தேன். கங்கிராஜுலேஷன்ஸ்" என்றார்.

பிரியங்களுடன்,
பட்டுக்கோட்டை பிரபாகர்

1

அத்தியாயம்

முன்னிரவின் மழையில் நனைந்த பூமி தன்னை உலர்த்திக் கொள்ள சூரியனின் வருகைக்காகக் காத்திருந்தது.

அந்த அதிகாலையில் வானத்தின் கடைசி நட்சத்திரமும் விடைபெற்றுக் கொண்ட பிறகு கீழ்த் திசையில் 'வரலாமா?' என்று யோசனையாய் உச்சந் தலையை மட்டும் நீட்டி கதிரவன் எட்டிப் பார்க்க, பறவைகள் தங்கள் மொழியில் 'வெல்கம், வெல்கம்' என்றன.

துவைக்கத் துவைக்க விலகும் அழுக்காய் இருட்டு நிதானமாகக் கரைந்து கொண்டிருக்க... லேசாக வீசின காற்றில் மரங்கள் தங்கள் இலைகளின் பரப்பில் சேகரித்து வைத்திருந்த நீர்த் துளிகளை பன்னீராய் தெளித்துக் கொண்டிருந்தன.

அந்தக் கிராமத்தின் கப்பி சாலையில் பற்களின் முறுக்குக் கடிப்பாய் சிறு கற்களை அரைத்துக் கொண்டு நகர்ந்த அந்த இரட்டை மாட்டு வண்டியின் அடியில் அசைந்த ஹரிக்கேன் விளக்கில் இன்னும் அணைக்கப்படாத சுடர் பதறிக் கொண்டிருந்தது.

வண்டிக்காரன் ஒரு கால் மடக்கி, ஒரு கால் தொங்க விட்டிருந்தான். குச்சியை எடுத்துத் தன் நடுமுதுகில் ஒருதரம் சொறிந்துகொண்டு, மாடுகளின் முதுகில் தட்டி, நாக்கை உட்புறமாக மடக்கி எழுப்பின சத்தத்தில் மாடுகளின் லாடமடித்த கால்களில் வேகம் கூடியது.

மாடுகளின் கழுத்துப் பட்டியில் இருந்த சலங்கை,'ஜல், ஜல்'என்று தாள லயத்துடன் காலை அமைதியை வசீகரமாகக் கலைத்துக் கொண்டிருக்க... அந்தத் தாமரைக் குளத்துடன் கிராமம் துவங்கியது.

குளத்தின் தண்ணீர்ப் பரப்பே மறைந்து போகும் அளவுக்கு தாமரையின் இலைகள் கைகோத்து பச்சைக் கம்பளம் போர்த்தியும், சுவர் வெடிப்பில் முளைத்த சிறு செடிகளாய் அங்கங்கே தலை நீட்டின இன்றைய, நாளைய தாமரை மொட்டுக்கள்.

ஒரு ஓரத்தில் தனது மாட்டை குளத்தில் இறக்கி வைக்கோலால் அதன் முதுகைத் தேய்த்துக் குளிப்பாட்டிக் கொண்டிருந்த முண்டாசு கட்டின ஆசாமி வண்டி சத்தத்திற்குத் திரும்பிப் பார்த்தான்.

"யார்றாது தங்கப்பனா?"

வண்டியின் வேகத்தைக் குறைத்த தங்கப்பன், "ஆமாம். மசமசப்புல புரியலையே... செல்லாத்தா புள்ளையா?" என்றான் கண்களைக் குறுக்கிப் பார்த்து.

"செல்வராசுன்னு காதுல குத்திப் பேரு வச்சிருக்கு. எங்கடா இவ்வளவு வெரசுல வண்டி பூட்டி பொறப்பட்டே?"

"ஆசாரி அய்யா வரச் சொன்னாரு. டேசன்ல ரயிலுக்குப் போய் விருந்தாளியை இட்டாரணுமாம். மணி என்ன ஆச்சு செல்வராசு?"

"மடில கெடிகாரம் கட்டிக்கிட்டா மாடு ஓட்டிக்கிட்டு வருவேன். அதிருக்கும் ஆறு, ஆறேகால்."

"ரயிலு ஏழு மணிக்குத் தானே?"

“பொஸ்த்தகத்துல அப்படித்தான் போட்ருக்கு. போர்டுலயும் அப்படித்தான் எழுதி வெச்சிருக்கு. ஆனா என்னிக்கு ஏழு மணிக்கு வந்திருக்கு? ஏழரைக்கு மேல ஆய்டும். பதறாம பையப் போ. விருந்தாளி யாராம்?”

“யாருக்குத் தெரியும்?”

“சொந்தக்காரங்களா இல்லை ராசாத்திக்கு பழக்கமான புள்ளை யாராச்சுமா?”

“அதான் கேட்டுக்கலைன்னு சொல்றனில்ல, வரட்டா?”

தங்கப்பன் தன் தொங்கவிட்ட காலால் இரண்டு மாடுகளின் அடிவயிற்றிலும் சங்கேதமாகத் தொட்டதும், அவை மீண்டும் ஜல், ஜல் என்று புறப்பட்டன. தங்கப்பன் தன் முண்டாசு மடிப்பில் செருகி வைத்திருந்த பீடிக் கட்டையும், தீப்பெட்டியையும் எடுத்து ஒன்றைப் பற்ற வைத்துக் கொண்டான்.

நான்கு கான்க்ரீட் தூண்கள் தாங்கிய வாட்டர் டேங்க்கில் கடந்த தேர்தலுக்கு எழுதின ‘வாக்களிப்பீர்’ தேர்தல் வாக்கியம் இன்னும் அழியாமல் இருந்தது.

அடுத்து ஒரு விசாலமான அரசமரத்தின் நிழலில் கூரை எதுவுமில்லாத திறந்தவெளி அம்மன். அம்மனின் கையின் கட்டை விரல் உடைந்து போய் கம்பி போட்டுக் கட்டி வைத்தியம் பார்க்கப்பட்டிருக்க, அம்மனுக்கு முன்னால் இரும்பில் வேல், சூலம் எல்லாம் நடப்பட்டு, உண்டியலின் பூட்டில் மஞ்சள் துணி சுற்றப்பட்டிருந்தது. மரத்தின் கைக்கெட்டும் கிளைகளில் எல்லாம் பக்தர்கள் தொங்க விட்டிருந்த வேண்டுதல் துணி முடிச்சுள், தொங்கின.

பிறகு ‘சரோஜா டாக்கீஸில் மக்கள் திலகம் எம். ஜி.ஆர். நடித்த வேட்டைக்காரன்’ என்று திரைப்பட போஸ்ட்டர் ஒட்டின, மூங்கில் தட்டிகளால் அமைக்கப்பட்டிருந்த அந்த கடையின் ரேடியோவில் நாதஸ்வரம். அந்தக் கடையைத் தொடர்ந்து சிறிதும், பெரிதுமாய், திண்ணை வைத்ததும், வைக்காததுமாய்,

மாடி உள்ளதும், இல்லாததுமாய், வாசலில் கோலம் வைத்ததும் வைக்காததுமாய் வீடுகள்.

“ஒவ்... ஒவ்...” என்று கயிறுகளைப் பிடித்திழுத்து வண்டியை நிறுத்தினான் தகப்பன். அவசரமாய் தன் பீடியை சக்கரப் பட்டையில் அணைத்து வீசிவிட்டு இறங்கினான்.

அந்த வீட்டின் வாசலில் இருந்த வேலிப் படலில் படர்ந்திருந்த செடிகளை சீராக வெட்டிவிட்டுக் கொண்டிருந்த கணேசன் நிமிர்ந்து பார்த்துவிட்டு தன் வேலையைத் தொடர்ந்து கொண்டே வீட்டுக்குள் பார்த்து குரல் கொடுத்தார், “ராஜாத்தி, வண்டி வந்துரிச்சிம்மா.”

“துணி மாத்திக்கிட்டிருக்கேன். இதோ வந்துட்டேன்ப்பா” உள்ளேயிருந்து லேசான கண்ணாடி வளையல் சத்தத்துடன் குரல் வந்தது.

தங்கப்பன் தன் துண்டை உதறி தோளில் போட்டுக்கொண்டு, “ஆசாரி அய்யாவுக்கு ஏதாச்சும் வேலை பார்க்காம கை சும்மா இருக்காது போலிருக்கு. கூலி வாங்க வர்றவனுங்ககிட்ட சித்த வெட்டிப் போட்டுட்டுப் போடான்னா செய்ய மாட்டானுங்களா?” என்றான்.

ஆசாரி அய்யா என்று அழைக்கப்பட்ட கணேசன் ஐம்பது வயதிற்கு சற்றும் தொந்தியோ, நரையோ இல்லாமல் இருந்தார். மெலிந்த தேகம். ஆனால் புஜங்களில் உறுதி தெரிந்தது. காதுகளில் சிகப்புக்கல் பதித்த கடுக்கன் அணிந்து, கழுத்தில் தாயத்து கட்டின ஒரு கறுப்புக் கயிறு அணிந்திருந்தார். வேட்டியை மடக்கிக் கட்டியிருந்தார். சட்டையணியாத அவர் தேகத்தில் லேசான வியர்வைப் புள்ளிகள் பூத்திருந்தன.

கணேசனை ஆசாரி அய்யா என்று சொன்னால்தான் அந்த ஊரில் புரியும். அநேகம் பேருக்கு அவர் பெயரே தெரியாது. தன் தந்தையிடம் கற்ற தச்சுத் தொழிலை மேற்கொண்டு இரண்டு கிலோ மீட்டர் தள்ளியிருக்கும் டவுனில் பட்டறை போட்டு

நான்கு ஆசாரிகளை உதவிக்கு வைத்துக் கொண்டு தொழில் செய்து வரும் கணேசனுக்கு நாணயம்தான் உயிர்.

"நம்மால செய்ய முடியற நம்ம வீட்டு வேலையை நாமே செய்துக்கிறதிலே தப்பில்லை தங்கப்பா. அதென்ன இன்னைய பேப்பரா?" என்றார் கணேசன் வண்டிக்குள் கூடாரப் பட்டையில் மடித்துச் செருகியிருந்த செய்தித்தாளைப் பார்த்து.

"இல்லைய்யா."

"நேத்தைய பேப்பரா?"

"தெரியலீங்களே... நேத்து குமரேசன் மகன் வண்டில படிச்சிக்கிட்டே வந்தான். இறங்கறப்ப மறந்துட்டு விட்டுட்டுப் போய்ட்டான். வெத்தலை, சீவல் மடிச்சி வெக்கலாம்னு எடுத்து வெச்சேன். நமக்கு பேப்பர் படிக்கிற புத்தி ஏது? பொம்மை பார்க்கறதோட சரி, பார்க்கறீங்களா?"

தங்கப்பன் செய்தித்தாளை எடுத்து அவரிடம் கொடுத்துவிட்டு அருகில் இருந்த ஒரு குத்துக் கல்லில் அமர்ந்து துண்டின் இரண்டு முனைகளையும் பிடித்துத் தன் முதுகில் தேய்த்துக் கொண்டே,"என்ன போட்ருக்கான்யா?" என்றான்.

"வி.பி.சிங் மந்திரிசபை ஆட்டம் காணலாம்னு போட்ருக்கான்."

"ஆமாம் ஆசாரி அய்யா, உங்ககிட்டே ஒண்ணு கேக்கணுமின்னு இருந்தேன். இப்போ அடிக்கெடி ரேடியோ பொட்டில சொல்றான். டி.வி. பொட்டில சொல்றான். அதாரது சிங்கு?"

"கிழிஞ்சது போ! அவர் தான்ப்பா நம்ம நாட்டு பிரதம மந்திரி."

"அ! அ! கதை விடாதீங்கய்யா. பிரதம மந்திரியை நான் பார்த்திருக்கேன். டவுன்ல ஒரு மீட்டிங்குக்கு வந்தாரே. எம்மாஞ்சனம் கூடிச்சு. நீள மூக்கா, சிகப்பா, வழுக்கைத் தலையா, ஜிப்பா போட்டுக்கிட்டு இருப்பார்."

“இப்ப நடந்த தேர்தல்ல அவரோட கட்சி தோத்துடிச்சி தங்கப்பா. அதனால் புது பிரதம மந்திரி வேற கட்சிலேர்ந்து வந்திருக்கார். நீ கூடத்தான ஓட்டுப் போட்டே...”

“அ! போட்டாங்க பெரிசா! ஆசாரி அய்யா, வெவரம் தெரிஞ்சிக்கிட்டு எவன் ஓட்டுப் போட்றான்? உங்கள மாதிரி நாலெழுத்துப் புரிஞ்சவன்தான் யோசனை செஞ்சி குத்தறான். நம்ம சங்கதி எல்லாம் வேற. வீட்டுக்கு வந்து தவலைப் பானையும், ரொக்கமும், சாராயமும் தர்றவன் யாருன்னு பாத்துக் குத்திட வேண்டியதுதான்.”

கொலுசு சத்தம் முன்னால் வர, பின்னால் ராஜாத்தி வந்தாள்.

“அப்பா, நான் ஸ்டேஷனுக்குப் போய் அக்காவைக் கூட்டிட்டு வந்துடறேன்” என்ற ராஜாத்தி இள மஞ்சளில் பாவாடையும், அதே நிறத்தில் ஜாக்கெட்டும் அணிந்து, கறுப்புத் தாவணி உடுத்தியிருந்தாள். அந்தக் கறுப்புத் தாவணி அவளின் சிவந்த நிறத்தை எடுப்பாக்கிக் காட்டியது. இரட்டைப் பின்னலிட்டு கைகளில் கண்ணாடி வளையல்கள். அகலமான விழிகளுக்கு குடை பிடித்த இயற்கையாகவே வளைந்த புருவங்கள். கூரான நாசியில் ஒற்றைக் கல் மூக்குத்தி. சாயம் பூசப்படாத ஆனால் சாயம் பூசப்பட்டதோ என சந்தேகிக்க வைக்கிற சின்ன பளபளப்பான உதடுகள் பிரியும் போதெல்லாம் பளீரென்று முகம் காட்டும் வரிசை தவறாத சிப்பாய் பற்கள். ஜாக்கெட்டுக் கிழே சரேலென குழைந்து உயர்ந்த இடுப்பில் மாலை வெயில் கவிதையெழுதிப் பழகிக் கொண்டிருந்தது.

அவளை ஏற்றிக்கொண்டு ரயில்வே ஸ்டேஷனை நோக்கி வண்டியை ஓட்டின தங்கப்பன் திரும்பிக் கேட்டான்.

“ஏன் பாப்பா, உனக்கு ஒரு அக்காதானே? அதான் சீமெண்ணெய் ஊத்தி பத்த வச்சிக்கிட்டு செத்துப் போச்சுதே. அப்புறம் யாரு அக்கா?”

“சுத்து வழில உறவு. அக்கா முறை வேணும். இங்கே பக்கத்திலே எங்கையோ ஒரு கல்யாணமாம். அதுக்கு வந்துட்டு அப்படியே நம்ம ஊருக்கு வர்றதா லெட்டர் போட்ருந்திச்சி.”

“வர்ற பொண்ணு எந்த ஊரு பாப்பா?”

“பாப்பான்னு என்னைக் கூப்புடாதேன்னு சொல்லிருக்கேன்ல.”

“அது சரி. உன்னை தோள்ல தூக்கி உக்கார வச்சி நம்ம வீட்டு மாமரத்தில மாங்கா பறிச்சுக் கொடுத்திருக்கேன். பெரிய மனுஷியாகி தாவணி எல்லாம் போட்டுட்டா பெரிய பொம்பளைன்னு நினைப்பா உனக்கு? எனக்கு நீ பாப்பாதான். புதுக்கோட்டைல போன வாரம் நம்ம மருது நாடகம் போட்ருந்தான். ஜோலியாப் போயிருந்தேனா, நோட்டீசு பார்த்துட்டுப் போனேன். நல்லாவே இருந்திச்சி. இதய தாகமோ என்னமோ பேரு. உருக்கிட்டான். என்னா நடிப்பு, என்னா வசனம்! ஜனம் பூரா கலங்கி கண்ணு தொடைச்சிக்கிச்சி. பரவால்லை, சும்மா சொல்லக் கூடாது, பய தேறிட்டான். அவங்கப்பன் தெருக் கூத்துன்னு டோலக்கு வச்சி தட்டிக்கிட்டு ரெக்கார்டு டான்ஸ் மாதிரி காலந்தள்ளினதை இவன் மாத்திக் காட்டி முறையா குழு மாதிரி அமைச்சி சீன், செட் வரைஞ்சி... வட்டாரத்தில் நல்ல பேரு வாங்கிட்டான். எந்த ஊருல திருவிழான்னாலும், பொருட்காட்சின்னாலும், மருதுவை கூப்புட ஆரம்பிச்சிட்டானுவ. அது சரி, அன்னிக்கு நீ ஏன் பாப்பா, வேஷம் கட்டலை?”

“உளறாதே தங்கப்பா. நான் அவன் குழுவில இருக்கிற நிரந்தர நடிகை இல்லை. எப்பவாவது அவன் பேசி வச்சிருக்கிற நடிகை காலை வாரிட்டா என்கிட்டே வந்து கெஞ்சுவான். சரி, போனாப் போகுதேன்னு நடிச்சிக் கொடுப்பேன்.”

“அது சரி, மாமன் மகனுக்கு உதவாம எப்படி? நாளைக்குக் கட்டிக்கப் போற புருஷன் வேற!”

“வாயை மூடு! எங்கப்பா மாதிரியே நீயும் ஆரம்பிச்சிட்டியா? ஒரு பொண்ணு மாமன் பையனைத் தான் கட்டிக்கணும்னு சட்டமா? பள்ளிக் கூடத்துப் பக்கமே போகாதவன் மருது. நான் டவுனுக்குப் போய் ப்ளஸ் டூ வரைக்கும் படிச்சவ. எல்லாரையும் மாதிரி நீயும் பேசாத. எனக்கு மேல படிச்ச ஒரு டவுன் மாப்பிள்ளையைத்தான் நான் கட்டிக்குவேன்” என்றபோது வண்டி அந்தச் சிறிய ரயில்வே ஸ்டேஷனை அடைந்திருந்தது.

சற்று நேரத்தில் வந்து நின்ற ரயிலில் இருந்து பார்வதி அக்கா இறங்கவில்லை. இரண்டு நிமிடங்களில் விசில் ஊதி ரயில் புறப்பட, தங்கப்பனும் ராஜாத்தியும் ஒருவரை ஒருவர் பார்த்துக் கொண்டார்கள்.

“இன்னிக்கு இந்த ரயில்லதானே வர்றதா அக்கா எழுதியிருந்திச்சி. ஏன் வரலை?” என்றாள் ராஜாத்தி லேசான கவலையுடன்.

***

2

அத்தியாயம்

ரயில் நிராகரித்து விட்டுப் போன கரிப்புகையை காற்று ஆர்வமாய் தன்னில் கரைத்துக் கொண்டிருக்க, மாம்பழம் விற்ற பையன் கூடையைத் தன் சைக்கிளில் வைத்துக் கட்டத் துவங்கினான். ஸ்டேஷன் மாஸ்டர் உடனடியாகத் தன் சட்டையைக் கழற்றிக்கொண்டு, முண்டா பனியனுடன், விசிறிக்கடியில் அமர்து வார இதழ் எடுத்துக்கொண்டார். ஒதுங்கி நின்று வழிவிட்ட அந்த நாய் மறுபடி தண்டவாளத்தின் நடுவில், ஜல்லி சூட்டின் இதத்திற்கு ஆசைப்பட்டு படுத்துக் கொண்டு, வாலால் ஈ விரட்டிக் கொள்ள... நிமிடங்களில், அந்த ரயில்வே ஸ்டேஷன் அனாதையாகிப் போனது.

சற்றுமுன் ரயிலில் இருந்து இறங்கியிருந்த ஜீவா, கக்கத்தில் வைத்திருந்த சிறிய ஹேண்ட்பேக்கின் ஜிப்பைத் திறந்து கர்ச்சீப் எடுத்து முகம் துடைத்துக் கொண்டதும் ஸ்டேஷன் மாஸ்டர் அறைக்குச் சென்று,

“சார்” என்றான்.

‘ஓய்வான பொழுதுகளில் என்ன செய்வீர்கள்?’ என்று கேட்டபோது,

தலையைச் சாய்த்து அழகாகச் சிரித்தவர் சொன்னார், 'நான் வளர்க்கும் பூனைகளோடு விளையாடுவேன்' என்று.

'கதாநாயகர்களுடன் நெருக்கமான காட்சிகளில் நடிக்கும்போது உங்களுக்கு எப்படி இருக்கும்? அந்த மாதிரி சமயங்களில்...'

"என்ன வேணும்?" என்று நிமிர்ந்தார் ஸ்டேஷன் மாஸ்டர்.

"கோபுரப்பட்டிக்குப் போகணும். வழி எப்படி?"

"அதோ பார்த்தீங்களா?" என்று சைடில் இருந்த ஜன்னலைச் சுட்டிக் காட்டினார். ஜன்னலுக்கு வெளியில் இரு எல்லைகளிலும் கள்ளிச் செடிகளின் காவலுடன் ஒரு செம்மண் கப்பி சாலை புறப்பட்டு இரண்டு வளைவுக்கப்புறம் காணாமல் போயிருந்தது. அந்த ரோடுதான். அதிலேயே போனீங்கன்னா, ரெண்டு கிலோ மீட்டர்ல கோபுரப்பட்டி" என்றவர்...

'அந்த மாதிரி சமயங்களில் இது நடிப்புதான் என்று மனதிற்குள் பல முறை அழுத்தம் திருத்தமாகச் சொல்லிக் கொள்வேன்.'

'நீங்கள் யாரையோ காதலிப்பதாக...'

"பஸ் வருமா சார்?"

"பஸ்ஸா? புதுசா நீங்க?"

"ஆமாம்"

"பஸ் இல்லை சார். நடந்துதான் போகணும். ஒரு வண்டிக்காரன் இருந்தான். மாடு செத்துப் போச்சின்னு வர்றதில்லை. நீங்க மட்டும் தானே?"

"ஆமாம்."

"போய் நில்லுங்க. எதாச்சும் வண்டியோ, சைக்கிளோ போனா கேளுங்க. ஏத்திக்குவாங்க."

'நீங்கள் யாரையோ காதலிப்பதாக ஒரு பத்திரிகையில் செய்தி வந்திருந்ததே?'

'அது உண்மைதான். அவர் யாரென்று விரைவில்...'

“பக்கத்தில் சைக்கிள் கம்பெனி ஏதாவது இருக்கா சார்?”

“சார், கேட்டிங்க. பதில் சொல்லிட்டேன். சும்மா தொல்லை பண்ணிட்டே இருந்தா எப்படி? மனுஷனை வேலை பார்க்க விடுங்க சார்.”

ஜீவா அவர் அறையில் இருந்த தண்ணீர்ப் பானைக்குச் சென்றவன், அலுமினிய டம்ளர் எடுத்து. மூடி திறந்து பார்க்க... உள்ளே ஒரு பல்லி மட்டும் ஓடிக் கொண்டிருந்தது. நடிகையின் காதலனைப் பற்றிப் படித்துக் கொண்டிருந்தவரை மறுபடி கேட்கத் தயக்கமாய் இருந்தது.

ஜீவா அந்த அறையை விட்டு வந்து கப்பி சாலைக்கு நடந்தான்.

ராஜாத்தி வண்டியில் ஏறி அமர்ந்து இரண்டு கால்களையும் தொங்கப் போட்டுக் கொண்டு “குறுக்குக் கம்பி போட்டு, போகலாம் தங்கப்பா” என்றாள்.

“வந்துட்டேன் பாப்பா. காசு கொடுத்து வாங்கினது. விரயம் பண்ணக் கூடாது” என்று அந்த பீடி மேல் தன் கடைசி முயற்சியை செலுத்திக் கொண்டிருந்த தங்கப்பன் தன்னை நோக்கி வருபவனைப் பார்த்தான்.

ஜீவா அவனருகில் வந்து, “ஏம்ப்பா, வண்டி கோபுரப்பட்டி வழியா போகுதா?” என்றான்.

“இது சவாரி வண்டி இல்லீங்க. சொந்தவண்டி. சைக்கிள்காரன் எவனாச்சும் வருவான். கேட்டுப்பாருங்க. புறப்படலாமா பாப்பா?” என்று எம்பி முன்புறம் தான் அமரும் பலகைக் கட்டையில் அமர்ந்துகொண்டு கயிறுகளை எடுத்துக்கொண்டான் தங்கப்பன்.

அவன் “புறப்படலாமா பாப்பா” என்றதும்தான் வண்டிக்குள் யாரோ இருப்பதைப் பார்த்தான் ஜீவா.

வண்டி நகர்ந்து அவனைத் தாண்டியதும் அவள் தெரிந்தாள்.

தொங்கின கால்களைச் சுற்றி காற்றில் லேசாய் அசையும் பாவாடையும், அதனால் பளீரென்று தெரிந்து மறைந்த கொலுசுக்

கால்களும், கம்பியில் அழுந்தின கைகளும், தூரத்தில் தன் வாலைக் காட்டிக்கொண்டு சின்னதாகிக் கொண்டிருந்த ரயிலை அவள் ஒரு பக்கமாகத் திரும்பிப் பார்த்துக் கொண்டிருந்ததால் முட்டின கழுத்தெலும்பும், ஏராள விழிகளும் - அவனுக்கு உடனே ஒரு உற்சாகத்தைத் தந்தன.

“எக்ஸ்க்யூஸ்மி மேடம்” என்றான் ஜீவா.

ரயிலில் இருந்து வந்த அவன் அழைப்பால் கலைந்து திரும்பிப் பார்த்த ராஜாத்தி, “தங்கப்பா, இரு. அவரு என்னமோ கேக்கறாரு” என்றாள்.

“எங்கிட்டே கேட்டுட்டாரு பாப்பா. கோபுரப்பட்டி போகணுமாம். இது சவாரி வண்டியில்லை. சைக்கிள் எதாச்சும் வரும், பாருன்னு சொல்லிட்டேன்.” என்றான் வண்டியை நிறுத்தாமல்.

“நீ வண்டியை நிறுத்து சொல்றேன். என்னமோ வேற ஊரு மாதிரி பேசறியே. நம்ம ஊருக்குத்தானே வரணும்ங்கிறாரு. முன்பக்கம் ஏத்திக்க, பரவாயில்லை. பாவம், இந்த நேரத்துல எங்க சைக்கிள் வரப் போகுது?”

“பாப்பா, இந்த டவுன்காரப் பசங்களையே நம்பக் கூடாது. வெள்ளையும் சொள்ளையுமா மாட்டிக்கிட்டு தஸ், புஸ்ன்னு இங்கிலீஷ்ல பேசி, அசரவச்சி கழுத்தை அறுத்துடுவானுங்க. எவன் திருடன்னு தெரியமாட்டேங்குது. ஏறி உக்காந்ததும் கத்தியைக் காட்டி நகையைக் கழட்டுன்னு சொல்வான். நமக்கேன் வம்பு பாப்பா?”

“நீ நிறைய சினிமா பார்த்து பேதலிச்சுப் போயிட்டே. அப்படி எல்லாம் பாத்தா மனுஷனுக்கு மனுஷன் உதவறதே இல்லாமப் போய்டும். நீ வண்டியை நிப்பாட்டு, சொல்றேன்.”

“அப்புறம் உன் இஷ்டம்” என்று வண்டியை நிறுத்தினபோது, ஜீவா வெகு தொலைவில் சின்னதாக நின்று கொண்டிருந்தான்.

ராஜாத்தி இரண்டு கைகளையும் வாயருகே குவித்து, “சார்!” என்று கத்தலாக அழைத்து, கையை அசைத்து, அவனைக் கூப்பிட்டாள்.

ஜீவா அதைக் கவனிக்காமல் அருகில் செடி ஒன்றில் அந்த சிறுவன் தட்டானைப் பிடித்து விடுவானா, இல்லை அது தப்பித்துப் பறந்து விடுமா என்று சுவாரசியமாகப் பார்த்துக் கொண்டிருந்தான்.

வண்டியை விட்டுக் கீழே இறங்கி நின்று மறுபடியும் "சார்" என்று கத்திப் பார்த்ததும் அவன் கவனம் திரும்பாததால், ராஜாத்தி குனிந்து ஒரு சிறிய கல்லைப் பொறுக்கி எடுத்து அவனை நோக்கி வீசினாள்.

அந்தக் கல் சரியாக அவன் கால் சுண்டுவிரலைப் பதம் பார்க்க, "ஆ!" என்று வலி பொறுக்க முடியாமல் துள்ளியதில் சட்டை பாக்கெட்டில் மாட்டியிருந்த குளிர் கண்ணாடி எகிறிக் கீழே விழுந்து ஒரு கண்ணாடியில் உதயசூரியனின் கோடுகளாய் விரிசல் விழுந்தது.

ராஜாத்தி இங்கிருந்து பார்த்துப் பதறி அவசரமாக விரலைக் கடித்துக்கொண்டு ஓட்ட நடையில் வந்து, "அய்யய்யோ! உடைஞ்சுடுச்சா?" என்றாள்.

ஜீவா மௌனமாக அவளை முறைத்துவிட்டு, உடைந்த கூலிங்கிளாசை எடுத்துப் பார்த்தான்.

"மன்னிச்சுக்கங்க சார். உங்களை வண்டில ஏத்திக்கலாம்னு கூப்புடத்தான்..."

"நல்லா இருக்கும்மா உங்க ஊர் வரவேற்பு? கல்லால அடிச்சுத்தான் யாரையும் கூப்பிடுவீங்களா? எண்பது ரூபா இந்த கிளாஸ். போச்சு! வாங்கி பத்து நாள் கூட ஆகலை."

ராஜாத்தி சங்கடமாகக் கைகளைப் பிசைந்து கொண்டே, "ரெண்டு தடவை சார், சார்ன்னு கூப்புட்டுப் பார்த்தும் நீங்க திரும்பலைன்னுதான் கல்லு வீசினேன். அய்யோ! ரத்தம் வருது." என்ற பிறகுதான் தன் சுண்டு விரலைப் பார்த்தான் ஜீவா.

நகமருகே லேசான தோல் கிழிந்து முத்தாக ரத்தம் அரும்பி நின்றது. குனிந்து கைக்குட்டையில் அழுத்தித் துடைத்துக்கொண்டு,

“இது பரவால்லைங்க. சின்ன காயம்தான், ஆறிடும். என் கண்ணாடி போச்சே!”

“அதான் மன்னிப்பு கேட்டேனே சார்”

“மன்னிப்பு கேட்டா உடைஞ்சது ஒட்டிக்குமா?”

“யோவ்! இப்ப என்னய்யா செய்யணும்ங்கறே?” என்றான் அருகில் வந்துசேர்ந்து வேட்டியை மடக்கிக் கட்டிக்கொண்ட தங்கப்பன்.

“இரு தங்கப்பா!” என்று கையமர்த்தினாள் ராஜாத்தி. “என் தப்புதான். சார், நாங்க கோபுரப்பட்டிதான். எங்களோட வண்டில வாங்க. என்கிட்ட இப்ப காசு இல்லை. வீட்ல அப்பாகிட்டே கேட்டு வாங்கிக் கொடுத்துடறேன்.”

“அட, என்ன பாப்பா நீ புரியாம பேசறே! அதை எந்தக் காலத்துல வாங்கினானோ எந்தத் திருவிழால வாங்கினானோ... ஏற்கனவே உடைஞ்சு போயிருக்கும். இதான் சாக்குன்னு நம்மகிட்டே பணம் பறிக்கப் பார்க்கறான். நீ வா பேசாம!”

“இருய்யா! வாங்கின பில்லு கூட வச்சிருக்கேன். காட்டட்டுமா? நான் பாட்டுக்கு தேமேன்னு நின்னவனை கல்லால அடிச்சி காயமும் பண்ணி, கண்ணாடியையும் உடைய வச்சிட்டு... கேலியா பேசறிங்க! நல்லா இருக்குய்யா உங்க பஞ்சாயத்து!”

மேலே ஏதோ கோபமாகப் பேச வந்தவனை, “தங்கப்பா!” என்று அதட்டினாள். “நீ போய் வண்டில உக்காரு. நீங்க வாங்க சார். அதான் பணம் தர்றேன்னு சொல்லிட்டேனே” என்றவள் வண்டிக்கு நடந்தாள்.

ஜீவா அந்த உடைந்த ஒரு கண்ணாடியை மட்டும், சுத்தமாக உதிர்த்து ஓரமாகப் போட்டுவிட்டு, அவளைத் தொடர்ந்தான்.

ராஜாத்தி முன்போல் அமர்ந்துகொள்ள, ஜீவா முன்புறம் தங்கப்பனுக்கு அருகில் அமர்ந்து கொண்டு, மற்றொரு ரத்த முத்தைத் துடைத்துக் கொண்டான்.

வண்டி புறப்பட்டது.

சற்று நேர அமைதிக்குப் பிறகு ஜீவா உள்புறம் திரும்பி அவளை முதுகுப் புறமாகப் பார்த்து, “மேடம், நீங்க என்னை தப்பா எடுத்துக்கக் கூடாது. உதவி பண்ணப் போய் உபத்திரவம் வாங்கிக்கிட்ட கதையா ஆய்டுச்சி. உங்க ஊர்ல எனக்கு சொந்த ஜோலி எதுவும் இல்லை. இன்னொருத்தருக்கு உதவி செய்யறதுக்காக வந்தேன். வந்ததுமே புது கண்ணாடி உடைஞ்சு போனா எப்படி இருக்கும்? அந்த எரிச்சல்லதான் கோபமா பேசிட்டேன். நீங்க பணம் கொடுக்கப் போறிங்க. நான் வேற கண்ணாடி வாங்கிக்கப் போறேன். அது வேற, மனுஷனுக்கு உடனே ஒரு ஆத்திரம் வந்துடுது பாருங்க” என்றான்

ராஜாத்தி அவனைத் திரும்பிப் பார்த்து, “இங்கயும் அந்தக் கதை தானே? பாவமேன்னு நினைச்சு உதவி பண்றதுக்கு கூப்புடப்போயி எனக்கு நட்டம்தானே? எவ்வளவு சொன்னிங்க சார் அது?” என்றாள்.

“இரநூறு ரூபா கிளாஸ் எல்லாம் காட்டினான். இதுபோதும்னு எண்பது ரூபா கிளாஸை வாங்கினேன், நல்ல வேளை.”

“பாப்பா, அந்த பில்லை வாங்கிப் பார்த்துட்டு அப்புறமா பணம் கொடு” என்றான் தங்கப்பன்.

“பின்னே பில்லைப் பார்க்காம யாராச்சும் காசு கொடுப்பாங்களா?” என்று ராஜாத்தி சொன்னதும் நெளிந்தான் ஜீவா.

அவசரமாகத் தன் கைப்பை திறந்து உள்ளே இருந்த காகிதங்களை எல்லாம் எடுத்துத் துழாவ ஆரம்பித்தான். எச்சில் விழுங்கினான்.

“பஸ் டிக்கெட் எல்லாம் கூட இருக்குது, இதைக் காணமே. இப்பதான் ஒரு வாரம் கூட இருக்காது. இந்த பைலதான் வச்சேன்” முனகிக் கொண்டே தேடினான்.

“கதை விடறான், நம்பாதே பாப்பா. ரசீது காட்டினாத்தான் நீ பணம் கொடுக்கணும்.”

“இந்த மாதிரி கண்ணாடி உடையும்னு முன்கூட்டியே தெரிஞ்சுக்கிட்டு பாக்கெட்லயே பில் வச்சிக்கிட்டிருப்பானாய்யா ஒருத்தன்?” என்று அவன் அவஸ்தையோடும், எரிச்சலோடும் கேட்டது - ராஜாத்தியின் உதடுகளில் புன்னகையை வரவழைத்தது.

“அழுதுடுவீங்க போலிருக்கே. சரி, சரி. கேட்ட பணம் தர்றேன். கோபுரப்பட்டில யார் வீட்டுக்குப் போகணும்?”

“கணேசன் ஆசாரின்னு...” என்று அவன் ஆரம்பிக்க தங்கப்பன் திரும்பி, “அட, நம்ம...” என்று துவங்க, ராஜாத்தி அவனை சொல்ல வேண்டாம் என்று ஜாடை காட்டிவிட்டு, “அவர்கிட்ட என்ன வேலை உங்களுக்கு?” என்றாள் ராஜாத்தி.

“பார்வதின்னு ஒரு பொண்ணைப்பத்தி ஒரு தகவல் சொல்லணும்” என்றான் ஜீவா.

***

3

அத்தியாயம்

"பார்வதியா?" என்றாள் ஆச்சரியத்துடன் ராஜாத்தி.

"ஆமாம். அப்படித்தான் போட்ருந்தது" என்றான் ஜீவா.

"விவரமா சொல்லுங்க."

"உங்ககிட்டே ஏங்க சொல்லணும்? சம்பந்தப்பட்டவங்ககிட்டே சொல்ல வேண்டிய விவரத்தை நீங்க ஏன் கேக்கறிங்க?"

"நீங்க எந்த ஊர்லேர்ந்து வர்றிங்க?"

"மயிலாடுதுறை" என்றான் ஜீவா.

"உங்க ஊர்ல நடந்த ஒரு கல்யாணத்தில கலந்துக்கிட்டு தான் இங்கே ரயில்ல வர்றதா லெட்டர் எழுதியிருந்தாங்க பார்வதி அக்கா."

"அக்காவா? யாருக்கு?"

"எனக்குதான். நீங்க சொல்ற பார்வதி அக்கா எனக்கு சுத்து வழியில் அக்கா முறை. அவங்க இந்த ரயில்லதான் வருவாங்கன்னு எதிர்பார்த்து கூட்டிட்டுப் போகத்தான் நாங்க வந்தோம். நீங்க சொன்ன கணேசன் ஆசாரி எங்கப்பாதான்.

என்கிட்டே நீங்க தாராளமா விவரம் சொல்லலாம். பார்வதி அக்கா ஏன் வரலை? உங்க ஊர்லயே தங்கிட்டாங்களா? நீங்க யாரு? உங்ககிட்டே என்ன தகவல் சொல்லிவிட்டாங்க?" பதட்டமாகக் கேட்டாள் ராஜாத்தி.

"கொஞ்சம் மூச்சு விட்டுக்கங்க" என்ற ஜீவா சற்று நிதானித்து, "நீங்க நிஜமா கணேசன் ஆசாரி பொண்ணு தானா?" என்றான்.

"அட சொல்லுய்யா" என்றான் மாடுகளைத் துரிதமாக ஓட்டின தங்கப்பன்.

"நான்தான் கணேசன் ஆசாரியோட பொண்ணு. சத்தியமா செய்ய முடியும்? பார்வதி அக்கா என்ன சொல்லிவிட்டாங்க? அதைச் சொல்லுங்க முதல்ல" என்றாள் சற்றே எரிச்சலுடன் ராஜாத்தி.

"உங்க பேர்தான் ராஜாத்தியா?"

"ஆமாம், ஆமாம், ஆமாம்."

"பின்ன இந்தாளு பாப்பா, பாப்பான்னு கூப்புட்டானே?"

"அவன் அப்படித்தான் கூப்புடுவான்."

"அதான் சந்தேகமாப் போச்சு. நீங்கதான் ராஜாத்தின்னா உங்ககிட்ட தாராளமா சொல்லலாம்."

"அட! என்ன சொல்லிவிட்டாங்க அவங்க?"

"இல்லீங்க. சொல்லி விடற நிலைமையில அவங்க இல்லை. இப்ப அவங்க கைல, கால்ல கட்டு போட்டு, முகத்தில் தையல் போட்டு மயக்கமா மயிலாடுதுறை கவர்மெண்ட் ஆஸ்பத்திரில இருக்காங்க."

"ஆஸ்பத்திரிலயா?"

"ஆமாங்க. நேத்து சாயங்காலம் நான் என்னோட ஆபீஸ்லேர்ந்து வீட்டுக்குப் போய்கிட்டிருந்தப்ப வழில ஒரு விபத்தைப் பார்த்தேன். ஒரு ரிக்ஷாவும், லாரியும் நேருக்கு நேர் மோதிடுச்சி. ரிக்ஷாக்காரனுக்கு சின்ன அடிதான். ரிக்ஷால வந்த பொண்ணுக்கு ஜாஸ்தி. அடி ரத்த காயமாகி மயக்கமாய்ட்டாங்க.

அவங்களை நானும், இன்னொருத்தருமா சேர்ந்து கவர்மெண்ட் ஆஸ்பத்திரில கொண்டு போய் சேர்த்தோம். அவங்க ஹேண்ட் பாகில, உங்க ஊருக்கு வரச் சொல்லி, உங்க விலாசத்தோட நீங்க எழுதின லெட்டர் ஒண்ணு இருந்துச்சி. அதோட வளையல், செயின்னு கொஞ்சம் நகைகளும் இருந்துச்சி. அந்த நகைகளை ஆஸ்பத்திரிலயோ, இல்லைன்னா போலீஸ்லயோ ஒப்படைக்கிறதை விட, சொந்தக்காரங்க உங்களைப் பாத்து தகவல் சொல்லி ஒப்படைச்சுடலாம்னு புறப்பட்டு வந்தேன்."

கோபுரப்பட்டிக்குள் வண்டி வந்து ராஜாத்தி வீட்டு முன் நின்றது.

"வாங்க, உள்ளே வாங்க" என்று அவனை வீட்டுக்குள் அழைத்து வந்தாள் ராஜாத்தி.

அந்த வீடு எளிமையாக ஆனால் சுத்தமாக இருந்தது. நிலைக் கதவுகளில் சந்தனக் கோடுகள் மேல் குங்குமம் இடப்பட்டுக் காய்ந்திருந்தது. சுவரில் தரையிலிருந்து இரண்டடியில் பெயிண்ட்டால் வரைந்த நிரந்தர இரட்டை நெளி கோடுகள் இருந்தன. தரை சிமெண்ட் மேல் கிராஸ் கிராஸாக கயிறு பதித்து கட்டங்கள் அமைக்கப்பட்டிருந்தன. தையல் மிஷின் ஒன்றும், கிரைண்டர் ஒன்றும் பழைய சேலை கிழித்துப் போர்த்தப்பட்டிருந்தன.

மாடம் அமைத்து வெங்கடாஜலபதி, சரஸ்வதி, பிள்ளையார் எல்லோருக்கும் புதிய செம்பருத்திப் பூக்கள் சூட்டியிருந்தார்கள். ஸ்டுடியோவில் வரைந்த பூங்கா பின்னணியில் மனைவியின் தோளில் கை போட்டுக்கொண்டு, தற்காலிகமாக கோட் அணிந்து, டை கட்டின, மெல்லிய மீசை இளைஞன் மற்றொரு கையில் தேவையில்லாமல் புத்தகம். அந்த மனைவி மட்டும் கறுப்பு - வெள்ளையில் தனியாக பெரிதுபடுத்தப்பட்டு பிளாஸ்டிக் மாலை அணிந்திருந்தாள். மவுண்ட்டில் தோற்றம் - மறைவு குறிப்பிடப்பட்டிருந்தது.

மனதிற்குள் கழித்துப் பார்த்ததில் இருபத்து நான்கு வயசில் துர்சம்பவம் என்று புரிந்தது.

"என் அக்கா" என்றாள் ஜீவாவின் பார்வையைப் படித்த ராஜாத்தி.

"ரொம்ப சின்ன வயசு."

"உக்காருங்க. அப்பா பின்பக்கம் இருக்காரு. சொல்லிட்டு வர்றேன்."

கைவைத்த மர நாற்காலியில் அமர்ந்தான் ஜீவா. மீண்டும் சுவரில் மாட்டியிருந்த மற்ற படங்களைப் பார்க்கத் துவங்கினான்.

பாவாடை, சட்டையில் ஏராளமாக மை அப்பிக்கொண்டு சிரிக்க மறுத்து மிரட்சியாக விழிப்பது நிச்சயமாக ராஜாத்திதான் என்று அடையாளம் புரிந்தது.

சமீபத்தில் ராஜாத்தியின் மற்றொரு புகைப்படத்தில் அவளின் உதடுகள் பிரதானமாக அவனை ஈர்த்தன. இவ்வளவு அழகான உதடுகளா இந்தப் பெண்ணிற்கு! நேரில் சரியாகக் கவனிக்கவில்லை. முக்கால்வாசி நேரம் முதுகைப் பார்த்தே பேசி வந்தாயிற்று. கிராமங்களிலும் இவ்வளவு அழகான பெண்கள் எல்லாம் இருக்கிறார்கள்.

"வணக்கங்க" என்று வந்தார் கணேசன்.

"வணக்கம்" கைகூப்பி எழுந்துகொண்டான்.

"பரவால்ல, உக்காருங்க. ராஜாத்தி – விவரம் சொல்லிச்சு. காயம் ரொம்ப பலமா பட்டுடுச்சிங்களா? ஆபரேஷன் பண்ணாங்களா?"

"ஆபரேஷன் எதுவும் இல்லைங்க. தையல் போட்ருக்காங்க நாலஞ்சு இடத்தில, கால்ல லேசா எலும்பு முறிஞ்சிருக்கும்னு கட்டு போட்ருக்காங்க. நடுவில ஒரு தடவை மயக்கம் தெளிஞ்சி பார்த்தாங்க. பேச முடியலை, ஒரு வாரமாச்சும் அவங்க ஆஸ்பத்திரில இருக்க வேண்டிருக்கும்னு நினைக்கறேன். ரிக்ஷால அவங்க மட்டும்தான் வந்தாங்க. மயிலாடுதுறைல யார் வீட்ல தங்கினாங்க, என்ன ஏதுன்னு தெரியலை. பதில் சொல்ற நிலைமைல அவங்க இல்லை. கைப்பைல லெட்டர் இருந்தது. அதில விலாசம் இருந்ததால வந்தேன். பைல நகைங்க

இல்லைன்னா, அதுகூட வந்திருக்க மாட்டேன். போலீஸ்கிட்டே சொல்லிட்டு நகர்ந்திருப்பேன். எல்லாரும் தப்பு செய்றதில்லைதான். ஆனாலும் போலீசையே வரவர நம்ப முடியலைங்க. நகையைப் பார்த்ததும் எனக்கு கலக்கமாப் போச்சு, வேண்டியவங்ககிட்டே ஒப்படைச்சு கொடுக்கச் சொல்லிடலாம்னுதான் வந்தேன். உங்களுக்கு எப்படி உறவுங்க அவங்க?"

கணேசன் உறவுமுறையை விவரித்தார்.

"நீங்க நல்ல காரியம் செஞ்சிங்க தம்பி. அந்தப் பொண்ணுக்கு ஊர் பெங்களூர். மாயவரத்தில வேண்டியவங்க கல்யாணத்துக்காக வந்த பொண்ணு. கல்யாணம் நேத்து. அதை முடிச்சுக்கிட்டு இன்னைக்கு நம்ம ஊருக்கு வர்றதா லெட்டர் எழுதிருந்திச்சி. மாயவரத்தில் அந்தப் பொண்ணுக்கு சொந்தக்காரங்க யாரும் இல்லை. இப்ப நாங்கதான் பொறுப்பெடுத்துக்கிட்டு கவனிச்சுக்கணும். பெங்களூர்ல அவங்கப்பா, அம்மாவுக்குத் தகவல் சொல்லி வரச்சொல்லணும். ராஜாத்தி!"

"என்னப்பா?" என்றாள் கதவோரத்தில் நின்ற ராஜாத்தி.

"தம்பி கை, கால் கழுவிக்கட்டும். பலகாரம் எடுத்து வை. சாப்பிட்டதும் நான் உடனே தம்பிகூட மாயவரம் போய் ஆக வேண்டியதைப் பார்க்கறேன்."

"சரிப்பா."

"அதெல்லாம் ஒண்ணும் வேணாங்க, நீங்க ரெடின்னா புறப்படலாங்க. பஸ் ரூட் மோசமா இருக்கும் ரயில்ல போய் இறங்கினா பக்கத்திலதான் கோபுரப்பட்டின்னு ஒருத்தன் சொன்னான். நம்பி ரயில்ல வரேன். உங்க வண்டி வரலைன்னா திண்டாடிப் போயிருப்பேன்."

"பஸ் உண்டுங்க. ரூட் மோசம்தான். ஆனா, மாயவரத்துக்கு இங்கேர்ந்து ரெண்டு பஸ் மாறணும். நீங்க கை, கால் கழுவுங்க. நான் இதோ வந்துடறேன்." வெளியே புறப்பட எத்தனித்தார் கணேசன்.

“இருங்க, இதை முதல்ல வாங்கி வச்சிட்டிங்கன்னா எனக்கு பாரம் இறங்கிடும்” என்ற ஜீவா கைப்பைக்குள் இருந்து செய்தித்தாளில் மடித்த பொட்டலத்தை எடுத்து அவரிடம் பிரித்துக் கொடுத்தான். “நாலு வளையல், ஒரு செயின். இதாங்க இருந்தது. அவங்க காதில தோடு போட்ருக்காங்க. கைல, கழுத்துல பிளாஸ்டிக் போட்ருக்காங்க. பத்திரத்துக்காக கழட்டி கைப்பைல வச்சிருந்தாங்க போலிருக்கு.”

கணேசன் அதை மடித்து பொட்டலமாக்கி ராஜாத்தியை அழைத்து, “இதை பீரோல வைம்மா. ஆஸ்பத்திரிலேர்ந்து பார்வதி புறப்படறப்ப அவகிட்டே கொடுத்துடலாம். நான் சாப்பிட்டுட்டேன். நீ தம்பிக்கு இலை போடு. நான் முதலியார் வீட்டுவரைக்கும் போயிட்டு வந்துடறேன்” என்றார்.

அவர் போனதும் ஜீவா ராஜாத்தி காட்டின மேலே காற்றோட்டமாய் திறந்திருந்த குளியறையில் முகம் கழுவிக் கொள்ளுமுன் முழுக்கை சட்டையின் கைகளை ஏற்றிவிட்டுக் கொண்டான். கூலிங் கிளாஸை எடுத்து அருகே சிமெண்ட் மேடை மேல் வைத்ததும், அது ஒரே ஒரு கண்ணாடியுடன் இருப்பதைப் பார்க்கும் போது, சிரிப்பு வந்தது.

இலையில் சூடான இட்லிகளைப் பரிமாறிக் கொண்டே கேட்டாள் ராஜாத்தி, “மாயவரம் உங்களுக்குச் சொந்த ஊரா?”

“ஆமாங்க” என்று நிமிர்ந்தவன் அவள் குனிந்து பரிமாறியதில் தாவணி நெகிழ்ந்திருக்க, சட்டென்று பார்வையைத் தணித்துக் கொண்டான்.

“எந்த ஆபீஸ்ல வேலை பார்க்கறீங்க?” என்றாள் முன்னால் வந்து விழுந்த பின்னலை பின்னால் தூக்கிப் போட்டபடி.

“ஒண்ணும் பிரமாதமான கம்பெனி இல்லைங்க. மெட்ராஸ்ல புதுசா ஒரு பூச்சி மருந்து, உரம் எல்லாம் தயாரிக்கிற கம்பெனி இருக்குது. அதோட விற்பனைக் கிளை ஒண்ணு எங்க ஊர்ல ஆரம்பிச்சிருக்காங்க. நான் சேர்ந்து ரெண்டு மாசம்தான்

ஆகுது. - வேன்ல பூச்சி மருந்தெல்லாம் எடுத்துக்கிட்டு கிராமம், கிராமமா போய் இந்தப் புது கம்பெனி பொருள்களை இலவசமா விவசாயிகளுக்குக் கொடுத்து உபயோகிச்சுப் பார்க்கச் சொல்லணும். அப்புறம் மறுபடிபோய் அவங்க கருத்து கேட்டு எழுதி கம்பெனில கொடுக்கணும். நானூறு ரூபாயும், தினப்படியும் தர்றாங்க. என் படிப்புக்குக் கொஞ்சமும் சம்பந்தமில்லாத வேலைதான். ஆனா ஒரு நல்ல நிரந்தரமான வேலை கிடைக்கிற வரைக்கும் இதைப் பார்க்கலாம்னு இருக்கேன். நாலஞ்சு வருஷமா முயற்சி பண்றேங்க. நல்ல வேலை கிடைக்கலை." என்ற அவன் குரலில் இழையோடிய லேசான விரக்தியும், சோகமும் ராஜாத்தியைப் பாதித்தது.

"என்ன படிச்சிருக்கீங்க நீங்க?"

"எம்.காம்" என்றதும் அவளுக்கு அதிர்ச்சியாக இருந்தது.

சமையலறைக்குச் சென்று தண்ணீருடன் திரும்பி அவன் டம்ளரில் ஊற்றி விட்டு சற்று நேரம் அவன் சாப்பிடுவதைப் பார்த்துக் கொண்டிருந்தாள். நுனி விரல்களால் அவன் சாப்பிடுவதில் ஒரு நாசூக்கு இருந்தது. விரல்களில் நகங்கள் வெட்டப்பட்டு சுத்தமாக இருந்தன. சட்டையின் முதலிரண்டு பட்டன்களைக் கழற்றி காலரை சற்று தளர்வாக கழுத்தில் தள்ளி விட்டிருந்ததில் அவன் இடது கழுத்தில் ஒரு மச்சம் தெரிந்தது. சின்ன கிருதாக்கள் வைத்து தலையை வகிடில்லாமல் தூக்கி வாரியிருந்தான். புருவங்களும், மீசையும் அடர்த்தியாய் இருந்தன. அவன் சட்டைப் பாக்கெட்டில் அந்த கூலிங் கிளாஸ் இருந்தது.

அதைப் பார்த்ததும் நினைவு வந்து பீரோவுக்குச் சென்றாள்.

ஜீவா கைகழுவிக் கொண்டு வந்ததும், "இந்தாங்க சார், இதில் எண்பது ரூபா இருக்கு. அப்பாவுக்கு இந்த விஷயம் தெரியவேணாம். இது என்னோட பணத்திலேர்ந்து தர்றேன்" என்று பணத்தை நீட்டினாள்.

சற்று நேரம் அவள் முகத்தையும் கையில் வைத்திருந்த பணத்தையும் பார்த்த ஜீவா, “இல்லை, வேணாங்க. பரவால்லை. நானே தவற விட்டிருந்தாலும் உடையாதா?” என்றான் லேசான புன்னகையுடன்.

***

4

அத்தியாயம்

கையில் பணத்தை வைத்திருந்த ராஜாத்தி, “அய்யோ, சீக்கிரம் பிடிங்க. எங்கப்பா வந்துடுவாரு” என்றாள் வாசல் பக்கம் எட்டிப் பார்த்துக்கொண்டு.

“அதான் வேணாம்னு சொன்னேனே” என்றான் ஜீவா.

“ஏன் வேணாம்? தப்பு என்னோடதுதானே?”

“பரவால்லை, விடுங்க. நீங்க என்ன வேணும்னேவா செஞ்சிங்க?”

“ரயிலடியில வச்சி அந்த விரட்டு விரட்டினீங்க...”

“உங்க வீட்டுக்குத்தான் வரப் போறோம்னு தெரியாது அப்போ. பாவம் நீங்க, கொஞ்ச கொஞ்சமா சேர்த்த பணத்தை எதுக்கு விரயம் பண்றீங்க...? இந்த விவகாரத்தை விட்டுடுங்க.”

“எனக்கு மனசு கேக்கலையே. யாரோ அடிபட்டா நமக்கென்னன்னு உங்க வேலைய - பார்த்துக்கிட்டுப் போகாம பொறுப்பா எங்கக்காவை ஆஸ்பத்திரில சேர்த்திருக்கீங்க. அது மட்டுமில்லாம, ஆயிரக்கணக்கான மதிப்புள்ள நகைகள் நேர்மையா

கைசெலவு பண்ணி புறப்பட்டு வந்து ஒப்படைச்சிருக்கீங்க. உங்களுக்கு என்னால ஒரு நஷ்டம் ஏற்படறதுன்னா, அது தப்புங்க. எனக்கு மனசாட்சி உறுத்துது. இந்தாங்க சார், கண்டிப்பா இந்தப் பணத்தை நீங்க வாங்கிட்டுதான் ஆகணும். பிடிங்க" என்றாள் ராஜாத்தி கண்டிப்பாக.

"என்னங்க, நீங்க இப்படி வற்புறுத்துறீங்க? சரி, எண்பது வேணாம். நாற்பது ரூபா கொடுங்க."

"மீதி தள்ளுபடியா?"

"இல்லை, நீங்க ஒரு கண்ணாடியைத்தானே உடைச்சிங்க. அதனால பாதிப் பணம்" என்று பாக்கெட்டில் இருந்து ஒரு கண்ணாடியோடு இருக்கும் கூலிங் கிளாசை காட்டிச் சிரித்து, எண்பது ரூபாயில் நாற்பது ரூபாய் எடுத்துக்கொண்டு மீதியை அவளிடமே திருப்பிக் கொடுத்தான் ஜீவா.

வீட்டுக்குள் வந்த கணேசன் ஆசாரி, "நல்ல வேளை, முதலியார் தோப்புக்கு புறப்படறதுக்கு முன்னாடி பிடிச்சுட்டேன். ஏன், எதுக்குன்னு காரணம் கேக்காம, முகம் சுளிக்காம கடன் கொடுக்கிற நல்ல மனுஷன்." என்று தன் மகளிடம் சொல்லிவிட்டுத் திரும்பி, "தம்பி, பலகாரம் எடுத்துக்கிட்டீங்களா?" என்றார்.

"ஆச்சிங்க."

"காபி?"

"இல்லை, வேணாங்க."

"காபி கொடுக்கலையாம்மா?"

"மறந்துட்டேன்பா. இதோ போட்டு எடுத்துட்டு வந்துடறேன்" என்று ராஜாத்தி உள்ளே ஓடினாள்.

"நல்லா மறந்தே போ. உக்காருங்க தம்பி. காபி வந்ததும் குடிச்சுட்டே புறப்படலாம். என்ன செய்றீங்க நீங்க மயிலாடுதுறையில?"

சற்றுமுன் சாப்பிடும்போது ராஜாத்தியிடம் சொன்ன அதே தகவல்களை மறுபடியும் சொன்னான் ஜீவா.

“எம்.காம். படிச்சுட்டு இப்படி ஒரு சின்ன வேலை பார்க்கிறீங்க. கேக்கவே கஷ்டமா இருக்கு. உங்களை மாதிரி பல பேரைப் பார்த்துட்டேன் தம்பி. இப்பல்லாம் படிப்புக்கே மரியாதை இல்லாமப் போய்டுச்சி. அப்பா, அம்மா எல்லாம் இருக்காங்களா?”

“எங்களுக்கு ஊர் கும்பகோணத்துக்குப் பக்கத்திலே. அங்கே அம்மா மட்டும் இருக்காங்க. சின்ன வயசிலேயே அப்பா இறந்துட்டார். நான் மயிலாடுதுறையில் ஒரு ரூம் எடுத்து தங்கியிருக்கேன்” என்றவன் பார்வையில் மறுபடியும் சுவரில் மாலை போட்டு மாட்டப்பட்டிருந்த ராஜாத்தியின் அக்காவின் படம் பட்டது.

“நல்லபடியாதான் வாழ்க்கை அமைச்சுக் கொடுத்தேன். அவ விதி அப்படின்னா என்ன செய்ய முடியும்? தற்கொலை பண்ணிக்கிட்டு அல்பாய்சுல போய்ச் சேர்ந்துட்டா. அது ஒரு பெரிய கதை. நீங்க காபி சாப்டுங்க” என்றார் கணேசன்.

காபியை அவன் முன் இருந்த மூங்கில் மோடாவின் மேல் வைத்து விட்டு சற்றுத் தள்ளி சுவரோடு சாய்ந்து நின்றுகொண்டு, அவன் அதை எச்சில் செய்யாமல் பருகும் நளினத்தை ரசித்தாள் ராஜாத்தி.

இரண்டு பேரும் புறப்பட்டு நடக்கத் துவங்க, அவர்கள் மறையும் வரை பார்த்துக் கொண்டிருந்துவிட்டு, அதன் பிறகு கதவைச் சாத்திக்கொண்டு உள்ளே வந்தாள் ராஜாத்தி.

ஜீவா குடித்துவிட்டு வைத்திருந்த டபராவை எடுத்தபோது, அதற்கு அடியில் நான்கு பத்து ரூபாய் நோட்டுக்கள் மடக்கி வைக்கப்பட்டிருந்தன.

சற்றுமுன் நாற்பது ரூபாய் மட்டும் போதும் என்று வாங்கிக்கொண்டு, அதையும் இப்படி சாமர்த்தியமாக வைத்து விட்டுப் போன விதம் அவள் இதழ்களில் ஒரு புன்னகையை நெளியவிட்டது.

***

கோபுரப்பட்டியின் மேல்புறத்தில் செங்கல் சூளை தாண்டி ஒரு தொன்னந்தோப்புக்குள் ஒளிந்து கொண்டிருந்தது அந்தப் பழைய காலத்து வீடு. எப்போதோ அடிக்கப்பட்ட மஞ்சள் காவி அங்கங்கே செதில் செதிலாக உதிர்ந்திருந்தது. வீட்டின் மாடியில் கோபுரப்பந்தல் போடப்பட்டு நாலா புறங்களிலும் டைமன் டைமனாக மூங்கில் பட்டை அடிக்கப்பட்டிருந்தது.

அதுதான் மருது தன் நாடகங்களுக்கு ஒத்திகை பார்க்கும் இடம். தவிர, வீட்டின் சைடு பகுதியில் ஆஸ்பெஸ்டாஸ் ஷீட் இறக்கி ஒரு பெரிய கோடவுன் போல அமைக்கப்பட்டு மரக் கதவு போட்டு சைக்கிள் செயினில் கோத்த பூட்டு தொங்கியது. அந்த ஷெட்டுக்குள் மருதுவின் நாடகங்களுக்காக வரையப்பட்ட பின்னணி திரைகள், அரங்க அமைப்புப் பொருட்கள், விளம்பரத் தட்டிகள் யாவும் அடக்கம்.

உரச் சாக்குகளைப் பிரித்து இணைத்துத் தைக்கப்பட்ட உறையை அணிந்து ஒரு ஓரத்தில் நின்றது மருதுவின் மோட்டார் பைக். வீட்டின் பின்புறத்தில் தொழுவத்தில் கட்டின இரண்டு எருமை மாடுகள் தலையசைத்து ஈ விரட்டும் போதெல்லாம் கழுத்துச் சலங்கை இசை ஒலித்தது.

கக்கத்தில் லெதர் பேகுடன், கிழிந்து தைக்கப்பட்ட செருப்புடன் அந்த ஆசாமி தோப்புக்குள் நடந்து வந்து, வீட்டின் வாசலில் போடப்பட்டிருந்த மர பெஞ்சில் அமர்ந்து, "யப்பா, மருது!" என்று குரல் கொடுத்தார்.

வீட்டுக்குள்ளேயிருந்து விசிறி மட்டையோடு வந்தார் சேதுலிங்கம். மருதுவின் அப்பா. சட்டை போடாத கட்டான தேகம். முகத்தில் அம்மைத் தழும்புகள். நெற்றியில் குங்குமத் தீற்றல்.

"இங்கே வீட்ல இருக்கிறவங்க என்ன செவுடா? ஏன்யா இப்படிக் கத்தறே?" என்றார் சேதுலிங்கம்.

உட்கார்ந்திருந்தவன் அவசரமாக எழுந்துகொண்டு, "ஓரத்த நாட்டுல கோவில் திருவிழா வருது. அதுக்கு நாடகம் புக்

பண்ணச் சொன்னாங்க. அது சம்பந்தமா தம்பியைப் பார்த்துப் பேசிட்டுப் போகலாம்னு வந்தேன்" என்றான்.

இதற்குள் மாடியில் எட்டிப் பார்த்த மருது, "கஜபதி அண்ணனா? மேல வாங்க" என்றான்.

"யோவ் கஜபதி, நீ எப்ப நாடகம் பேசிவிட்டாலும் பாதித் தொகை நிலுவையாய்டுது. முழுத்தொகையும் அட்வான்சா கொடுக்கற பார்ட்டி இருந்தா இந்தப் பக்கம் வா. இல்லைன்னா வராதே" என்றார் சேதுலிங்கம்.

"அவரை மேல அனுப்புங்க. நான் பேசிக்கிறேன்" என்றான் மருது. கஜபதி செருப்புகளை விலக்கி விட்டு வீட்டுக்குள் வந்து இடது ஓரத்தில் புறப்பட்ட மரப்படிகளில் ஏறி மாடிக்கு வந்தார்.

சாணத்தில் மெழுகப்பட்ட தரையில் ஜமுக்காளம் விரித்து சம்மணமிட்டு அமர்ந்திருந்தான் மருது. கறுப்பு நிறத்தில் முண்டா பனியனும், லுங்கியும் அணிந்திருந்தான். அவன் எதிரில் குட்டையான ஒரு கணக்குப் பிள்ளை மேஜை. அதன் மேல் நாடக வசனங்கள் எழுதப்பட்ட நீள நோட்டுப் புத்தகம்.

கஜபதி, மருது அருகில் அமர்ந்து, "புது நாடகமா?" என்றார்.

"இல்லை, பழசுதான். காலம் பதில் சொல்லும்."

"அது பிரமாதமான நாடகமாச்சே தம்பி. கிட்டத்தட்ட நாப்பது தடவை போட்ருப்பிங்களே தம்பி, அதுக்கு எதுக்கு ஒத்திகை?"

"அதில் போஸ்ட் மேனா நடிச்சானே மதியழகன், அவன் போனவாரம் நம்ம குழுவிலேர்ந்து விலகிட்டான்."

"ஏனாம்? உங்களை விட அதிகமா எவன் சம்பளம் கொடுத்துடுவானாம்?"

"அதெல்லாம் இல்லை. தனியா குழு ஆரம்பிச்சி நாடகம் போடலாம்னு நினைக்கறேன்னு சொன்னான். தாராளமா செய்யின்னு வெத்தலை, பாக்கு வெச்சி, ஆயிரத்தொரு ரூபாய் கொடுத்து அனுப்பிவச்சிட்டேன்."

“அவன் ஒரு புண்ணாக்கு பயலாச்சே. புதுசா கல்யாணம் கட்டினதில் மாமனார் கொடுத்த ரொக்கம் இப்படி விளையாடச் சொல்லுது போலிருக்கு. ஆயிரம் பேரு வரட்டுமே, நம்மளை மாதிரி வராது தம்பி. வெத்தலை இருக்கா?”

மருது தன் அருகில் வைத்திருந்த வெற்றிலைப் பெட்டியைத் திறந்து அவர் அருகில் நகர்த்தி வைத்துவிட்டு, “எங்கே, ஒரு தரம் பார்க்கலாம். மணி நீ ஆரம்பி” என்றான் நின்றிருந்தவர்களைப் பார்த்து.

மணி செருமிக்கொண்டான். “ராஜா, கொஞ்சம் அவளோட நிலைமையை நினைச்சுப் பாரு. உன்னையே புருஷனா மனசுக்குள்ள ஏத்துக்கிட்டப்புறம் வேற ஒருத்தனுக்கு எப்படிக் கழுத்தை நீட்டுவா? சொல்லு. வாயைத் திறந்து பேசு. எதுக்காக இப்படிப் பிடிவாதம் பிடிக்கிறே?”

மற்றவன் அதற்குப் பதில் வசனம் சொன்னான், “இது பிடிவாதம் இல்லைடா. எனக்கு நானே போட்டு வச்சிருக்கிற வாய்ப்பூட்டு. அந்தப் பூட்டு உடைஞ்சா இந்த கிராமத்திலே நிறையப் பேரோட மானம் கப்பலேறிடும். செண்பகத்தை நான் - கல்யாணம் செய்துக்கிறது முக்கியமா, இந்தக் கிராமத்தோட நிம்மதி முக்கியமா? எது முக்கியம்னு நீயே சொல்லு.”

மருது குறுக்கிட்டு, “வசனம் தப்பில்லாம சொல்றே. ஆனா ஒப்பிக்கிற மாதிரி இருக்கு. இயல்பா பேசணும். இடைவெளி விட்டு நிறுத்தி நிதானமா பேசணும். அர்த்தம். மாறாம ஒண்ணு ரெண்டு வார்த்தை மட்டும் மாறி வந்தாகூடப் பரவால்லை. ஆனா குரல்ல ஏத்த இறக்கம் இருக்கணும். இதையே நான் பேசிக் காட்டறேன் பாரு” என்றவன் அமர்ந்த இடத்திலிருந்தே அந்த வசனத்தை ஏற்ற இறக்கத்துடன், முக பாவங்களுடன் பேசிக் காட்டினான்.

கஜபதி வெற்றிலைச் சாறு சிதறாமல் மேலே பார்த்து, “அடாடா! பிச்சிப்பிட்டீங்க தம்பி. வாத்தியாரும் சிஷ்யனும் ஒண்ணாய்டுமோ?” என்றார்.

“சர்க்கரையா பேசி எதாச்சும் வில்லங்கத்தில இழுத்து விட்டுடுவிங்கண்ணே நீங்க. போய் எளனி வெட்டி எடுத்துட்டு வா அண்ணனுக்கு. பாபநாசத்திலேர்ந்து அந்த பாக்கிப் பணம் வரவே இல்லையே அண்ணே.” என்ற மருது பெட்டியைத் தன் பக்கம் திருப்பி வைத்து வெற்றிலை எடுத்து மடியில் துடைத்து சுண்ணாம்பு தடவ ஆரம்பித்தான்.

“பேசிவிட்டவன் நான். மறப்பேனுங்களா தம்பி? கும்பகோணம் போறப்ப எல்லாம் ஒரு எட்டு போய் விசாரிச்சிட்டுதான் இருக்கேன். ஒரு வாரத்துல அனுப்பி வச்சிடறேன்னாங்க. பாங்குல போட்ட பணம் மாதிரி நினைச்சுக்கங்க. நாணயமான இடம்தான். தாமதமானாலும் வந்துடும்.”

மேற்கொண்டு பேசத் துவங்குமுன்,

மரப்படிகளில் ஜல், ஜல் என்று கொலுசுச் சத்தம் அதிகரித்துக் கொண்டே வந்து, ராஜாத்தி தெரிந்ததும், அவசரமாக எழுந்த மருது அருகில் இருந்த தண்ணீர் செம்புடன் சென்று மூலையில் வாய் கொப்புளித்தான்.

***

5

அத்தியாயம்

ராஜாத்தியைப் பார்த்ததும், "வாம்மா, நல்லாருக்கியா?" என்றார் கஜபதி வெற்றிலைச் சாறை விழிங்கிக்கொண்டு.

கொடியில் இருந்து துண்டு உருவி வாயை ஒற்றிக்கொண்டே வந்த மருது, "என்ன ராஜாத்தி, இது புது பாவாடை மாதிரி தெரியுது, உக்காரு" என்றான்.

"என் ஆசை அத்தான் வாங்கிக் கொடுத்தது" என்றாள் ராஜாத்தி கிண்டலாக.

"இந்தக் கிண்டல் வேணாம். - நான் வாங்கிக் கொடுத்தா கட்டிக்கறியா?"

"ஓசில வர்ற பாவாடையைக் கட்டிக்கிறதுக்கு கசக்குமா?"

"என்னைக் கட்டிக்கிறியான்னு கேட்டேன்."

"அதுக்கு ஏமாந்த சோணகிரி எவளாவது பாரு. ப்ளஸ் டூ படிச்சிருக்கேன். தெரியுமில்லை?"

"விட்டேன்னா பல்லு பல்லாக்காய்டும். பள்ளிக்கூடத்தில படிச்சாதான் படிப்பா? ஆறாவது தாண்டலைடி நானு. ஆனா இதுவரைக்கும் முப்பத்தஞ்சி நாடகம் எழுதிருக்கேன். நீ சொன்னியே ப்ளஸ் ட்டூ... அதுக்குமேல படிச்சவனெல்லாம்

என் வசனத்தைப் பார்த்து வாயைப் பொளக்கறான். பேசறாப் பேச்சு. இவளை டவுனுக்கு அனுப்பிப் படிக்க வைக்கிறதுக்கு இவங்கப்பன்கிட்ட நான்தான் சிபாரிசு. இப்ப சிலுப்பிக்கறா. எங்க வந்தியாம்?" என்று உட்கார்ந்து கொண்டு வெற்றிலைப் பெட்டியை கஜபதி பக்கமாக நகர்த்தி வைத்தான் மருது.

"மன்மத மச்சானை பார்க்கணும் போல இருந்திச்சி. வந்தேன்" என்றாள் ராஜாத்தி இடுப்பில் கை வைத்துக்கொண்டு.

"என்ன கஜபதி அண்ணே, இந்த மச்சானுக்கு என்ன குறைச்சலாம், கேளுங்க. தாலி கட்டின பத்தாம் மாசம் பிரசவம் நடக்கலைன்னா ஒரு பக்கத்து மீசையை சிரைச்சிக்கறேன்னு சொல்லுங்க."

"எப்பப் பாரு, உனக்கு அந்தப் பேச்சுதான். உன்னோட வாயாடறதுக்கு வரலை நான். அப்பா சேதி சொல்லி விட்டுச்சி."

"என்னவாம்?"

"மரைக்காயரோட மாந்தோப்பை விக்கிறாராம். வாங்கிப் போடலாமான்னு யோசனை கேக்கணுமாம். ஜோலி எதுவும் இல்லைன்னா சாயங்காலம் வீட்டுப் பக்கம் வரச் சொல்லிச்சி."

"பார்த்தியில்லே, இங்க ஜோலி எதுவுமில்லாம பல்லு குத்திக்கிட்டிருக்காங்களாக்கும்! வீட்ல ப்ளஸ் டூ வரைக்கும் படிச்சவங்க இருக்காங்களே, அவங்களை யோசனை கேட்டுக்க வேண்டியதுதானே?"

"எல்லாம் எங்க யோசனைதான் கடைசில செயலாகும். ஆறடி உசரத்துக்கு ஆம்பளை நான் ஒருத்தன் உறவுல இருக்கறப்ப, என்னை ஒரு வார்த்தை கேக்கறதில்லையான்னு நீ வெட்டிக் கோபம் காட்டுவியாம். அதனால ஒப்புக்கு ஒரு வார்த்தை உன்னை கலந்துக்கலாம்னுதான் சொல்லச் சொன்னிச்சி. வர்றதானா வா. வரலைன்னா சொல்லு. ரொம்பத்தான் அலட்டிக்காதே."

"ஏய் கழுதை! அலட்டிக்கிறது நீயா, நானா? போய்ச் சொல்லு. எங்கத்தைப் பொண்ணு கையால காபித் தண்ணி குடிக்கிறதுக்காவது வந்துடுவேன்னு."

"வர்றேன், எங்க மாமனைக் காணம் கீழே?"

"கீழதான் இருந்திச்சி. தோப்புக்குள்ள நாட்டாமை பண்ணப் போயிருக்கும். ராஜாத்தி, நில்லு. கேக்கணும்னு நினைச்சிட்டிருந்தேன். பெங்களூர்லேர்ந்து வந்து அடிபட்டு ஆஸ்பத்திரில இருந்த பொண்ணு ஊருக்குப் போய்டுச்சா?"

"பார்வதி அக்காதானே? எப்பவோ போயாச்சு. நான் கூடப் பார்க்கலை. அப்பாதான் ரெண்டு வாட்டி போய்ட்டு வந்துச்சு. பெங்களூர்லேர்ந்து அவங்க அம்மா, அப்பா வந்து மிச்ச வைத்தியத்தை அங்கே பார்த்துக்குறோம்னு சொல்லி கார் வச்சி அழைச்சுட்டுப் போய்ட்டாங்க. நம்ம ஊருக்கு வர்றதா ஆசையா கடுதாசி எழுதிப்போட்டு கடைசில கட்டுப் போட்டுக்கிட்டுப் போய்ச் சேர்ந்துட்டாங்க. வரட்டுமா?"

"போயி என்ன வெட்டி முறிக்கப் போறே? உக்காரேன் ராஜாத்தி."

"இன்னும் சமையல் ஆகலை. போய்தான் உலை வைக்கணும். நான் போறேன்."

ராஜாத்தி இரண்டிரண்டு படிகளாக இறங்கிச் செல்ல, அவள் கொலுசுச் சத்தம் தேய்ந்து மறைந்தது.

மணி கொண்டு வந்த சீவின இளநீரில் வெட்டின ஓலை வைத்து, தலைகீழாகக் கவிழ்த்து கடைசிச் சொட்டுவரை குடித்து முடித்துவிட்டு கஜபதி கேட்டார், "என்ன மருது, எப்ப பரிசம் போடப் போறீங்க?"

"நாளைக்கேன்னாலும் நான் ரெடி."

"யாரு ரெடியில்லை?"

"என் மாமன்தான் ரெடியில்லை."

"ஏன்?"

"பரிசம் போட்டா சட்டுபுட்டுன்னு கல்யாண தேதியை வச்சாகணும். கொஞ்சம் முடைப்படறார். தை மாசம் அறுவடை முடிச்சுட்டு பரிசம் வச்சிக்கலாம்னு சொல்லிக்கிட்டிருக்காரு."

"முடைப்படறார்னு சொல்றிங்க. தோப்பு வாங்கலாமான்னு கேட்டு விடறாரு?"

"வேற யாருக்காச்சும் இருக்கும்."

"ராஜாத்திக்கு இஷ்டம்தானே?"

"ஏன், இஷ்டமில்லாம என்ன?"

"இல்லை, எல்லாத்துக்கும் எடக்கு, புடக்கா பேசிட்டிருந்ததேன்னு கேட்டேன்."

"மாமன் பையன், அத்தை பொண்ணுக்குள்ளே வேற எப்படிண்ணே கிண்டல் பண்றது? உன்னை யாரு கட்டிக்குவான்னு வார்த்தைக்கு வார்த்தை சொல்வாளேயொழிய மனசுல என் மேல அவ்வளவு பிரியம் வெச்சிருக்கா. அதை விடுங்க. நீங்க வந்த ஜோலியைப் பேசலையே" என்றான் மருது.

"ஒரத்தநாடு திருவிழால தேரோட்டத்தன்னைக்கு ராத்திரி உன் நாடகம் போடலாம்னு கமிட்டி தீர்மானம் பண்ணிருக்காங்க. எனக்குச் சொல்லிவிட்டாங்க. பார்த்துப் பேசி முடிச்சிடச் சொன்னாங்க. நோட்டீசு போடறதுக்கு மாதிரி வாங்கிட்டு வரச் சொன்னாங்க."

"இருங்கண்ணே, தேரோட்டம் என்ன தேதி வருதுன்னு சொல்லுங்க."

"வர்ற வெள்ளிக்கிழமைதான்."

"இன்னிக்கு என்ன கிழமை?"

"திங்கள், இன்னும் நாலு நாள் இருக்கே."

"விளையாடறீங்களா, நீங்க வினயமா பேச்சை ஆரம்பிச்சப்பவே, சேதி புரிஞ்சிபோச்சு. எனக்கு ஏற்கெனவே தகவல் வந்துடுச்சி. சேதுராமனை அன்னைய தேதிக்கு ஒப்பந்தம் பண்ணிட்டு, இப்ப கடைசி நிமிஷத்தில எங்கிட்ட வந்திருக்கீங்க. மெய்யா, இல்லையா?"

கஜபதி எச்சில் விழுங்கி, தயங்கி, "ஆமாங்க தம்பி" என்றார்.

“எங்கிட்ட என்னதுக்கு ஒளிவு மறைவு? படார்னு போட்டு உடைக்க, வேண்டியதுதானே? என்ன காரணத்தால சேதுராமனோட நாடகம் ரத்தாச்சு?”

“முதல்ல ஒப்புக்கிட்டாங்க. அப்புறம் கமிட்டில தொகை அதிகம்னு நெனைச்சி என்னை விட்டு கொஞ்சம் குறைச்சுக்க முடியுமான்னு கேக்கச் சொன்னாங்க. போய்க் கேட்டேன். அவனுக்கு மூக்குக்கு மேல வந்துடுச்சி கோபம். தொகை ஒப்புக்கிட்டுதானேய்யா முன்பணம் கொடுத்தாங்க. இப்ப மறுபேச்செதுக்குன்னு காட்டமா கேட்டு, வாங்கின பணத்தையும் திரும்பக் கொடுத்துட்டு, நான் வரலை, வேற யாரையாச்சும் பார்த்துக்கங்கன்னுட்டான். போய்ச் சொன்னதுக்கு இவங்களுக்கும் ரோஷம் வந்துடுச்சி. ஆயிரம்கூடப் போனாலும், உன்னைவிடக் கொம்பனைக் கூப்பிட்டு நாடகம் போடறோம் பாருன்னு வீராப்பா என்னை உங்ககிட்ட அனுப்பி வச்சாங்க. தம்பிதான் இப்ப மனசு வைக்கணும்.”

“தொகை ஜாஸ்தியோ, குறைச்சலோ. முறைன்னு ஒண்ணு இருக்குண்ணே. சேதுராமன் கோபிச்சுக்கிட்டது நியாயம்தான். ஆனா, வாங்கின பணத்தைத் திருப்பி அனுப்பினது கொஞ்சம் அதிகப்படிதான். இப்ப நான் வந்து நாடகம் போட்டா வீணா எனக்கும், அவனுக்கும் புகைச்சல் வரும். அது முறையும் இல்லை. மன்னிச்சுடுங்க... என்னை விட்டுடுங்க.”

“நீங்க இப்படிச் சொல்லிட்டா எப்படிங்க தம்பி? உங்ககிட்ட சம்மதம் வாங்கிட்டு வந்துடறேன்னு நம்பிக்கையோட சொல்லிட்டு வந்தேன்.”

“வெவகாரத்துல என்னை இழுத்துவிட வேணாம்னு சொல்றேன். வேணும்னா ஒண்ணு சொல்றேன். சேதுராமன் என் வார்த்தைக்குக் கட்டுப்பட்டவன் தான். அவனுக்குச் சொல்லிவிட்டு சமாதானம் செய்யறேன். முன் பணதைத் திருப்பி அனுப்பினது தப்புன்னு நேர்ல வந்து கமிட்டில மன்னிப்பு கேக்கச் சொல்றேன். அவனையே நாடகம் போடச் சொல்லுங்க. நியாயஸ்தன்தான்

அவனும் ஒரு வேகத்தில முறை தவறிட்டான். எடுத்துச் சொன்னா ஏத்துக்கக் கூடியவன் தான். என்ன சொல்றீங்க?"

"நான் கமிட்டில கலந்துகிட்டு வந்து சொல்றேன். அதுக்கப்புறம் நீங்க கூப்புட்டுப் பேசினாப் போதும்" என்று எழுந்து கொண்ட கஜபதி தன் ஜிப்பாவை உயர்த்தி தாடையில் பிடித்துக் கொண்டு, நெகிழ்ந்திருந்த இடுப்பு வேட்டியை இறுக்கமாய்க் கட்டிக்கொண்டார்.

"அப்ப நான் புறப்படறேன்" என்று கைகூப்பியவர், "முக்கியமான சங்கதி ஒண்ணை மறந்துட்டேன் தம்பி"

"என்னது? வெற்றிலை வேணுமா?"

"வேணும்னா செலவுக்கு காசு கேட்டுட்டுப் போறேன். நீங்களும் கொடுத்துட்டுப் போறீங்க. அதில்லைங்க தம்பி. போன மாசம் நீங்க தஞ்சாவூர்ல நாடகம் போட்டிங்களே, நினைவிருக்குதா? என்ன நாடகம் அது?"

"வீணை மீட்டும் கைகளே!"

"அதான். அதில ராஜாத்தி ஆக்ட் கொடுத்திச்சா?"

"ஆமாம். கமலா கழுத்தை அறுத்துட்டா. வயத்து நோவுன்னு படுத்துட்டா. அப்புறம் ராஜாத்தியைக் கூப்புட்டு ராத்திரியோட ராத்திரியா வசனம் எல்லாம் சொல்லிக் கொடுத்தேன். படிச்ச பொண்ணு இல்லையா, எது சொன்னாலும் கற்பூரமா பிடிச்சுக்கும். அதுவுமில்லாம இங்க ஒத்திகை நடக்கறப்ப வந்து கலாட்டா பண்ணிட்டிருக்கும். அதனால அனேகமா என்னோட எல்லா நாடக வசனமும் அதுக்கு அத்துப்படி. காலை வாரிட்டா கூப்புட்டுக்கறதுக்குச் சௌகரியமா இருக்கு. நீங்க வேற எதோ சொல்ல வந்திங்க."

"தஞ்சாவூர்ல அன்னைக்கு அந்த நாடகத்தைப் பார்த்திருக்காரு புதுக்கோட்டைல இருக்கிற வெங்காய மண்டிக்காரரு. ஹோட்டல் சொக்கலிங்கத்துக்கு தோஸ்த்தாம். ரெண்டு பேருமா சேர்ந்து அடுத்த மாசம் பூஜை போடறாங்களாம்."

“எதுக்கு?”

“சினிமாப் படம் எடுக்கறாங்களாம்.”

“அப்படியா?”

“சொக்கலிங்கத்துக்கு என்னை ஆகாது. நாலு நாளைக்கு முன்னாடி காரியமா கூப்ட்டு விட்ருந்தாரு. என்னடா இது அதிசயமா இருக்கேன்னு போனா, உங்க நாடக விவரம் சொன்னாரு. அந்தப் பொண்ணு சினிமாவுக்கு ஏத்த முகமா இருக்கு. நடிக்குதான்னு கேட்டுச் சொல்லுங்கன்னாரு.”

மருதுவின் முகம் மாறிப் போய், “நீங்க என்ன சொன்னிங்க?”

“கேட்டுச் சொல்றேன்னு சொன்னேன். நானா என்ன சொல்ல முடியும்? இப்ப இங்க வந்திருந்துச்சே, அப்ப கேக்கலாம்னு நினைச்சேன். அதுக்கிட்டே நேரடியா கேக்க கூச்சமா இருந்திச்சி. அதான் உங்களைக் கேட்டேன்.”

“அண்ணே, ராஜாத்தி ஒரு அவசரத்துக்கு ஆபத்துக்கு எனக்கு உதவி செய்துகிட்டிருக்கே ஒழிய... அதுக்கு நடிக்கிறது தொழில் இல்லை. தேவையில்லாம ரெண்டாவது செகண்ட் ஒருத்தன் அவளை உத்துப் பார்த்தாலே தாங்காது எனக்கு. நாடகத்தில் கூட எனக்கு ஜோடியா வர்ற பாத்திரமா இருந்தாத்தான் அவளை உதவிக்கு கூப்பிடுவேன். நீங்க என்கிட்டே கேட்டதோட விடுங்க. அவ வீட்ல போய்க் குழப்பாதீங்க. சொக்கலிங்கத்துக்கிட்டே சொல்லிடுங்க” என்றான் மருது.

***

6

அத்தியாயம்

டவுன் பஸ்ஸில் இருந்து வயர் கூடையுடன் இறங்கிக் கொண்டாள் ராஜாத்தி. கூடையில் நான்கடுக்கு பித்தளை டிபன் கேரியரும், சுருட்டி வைத்த வாழை இலையும் இருந்தன.

டவுனில் இன்று சந்தை நாள் என்பதால், கூட்டம் அதிகமாக இருந்தது. வெயில் தாட்சண்யமில்லாமல் வறுத்துக் கொண்டிருந்தது. சாலையோரமெல்லாம் சாக்கு விரித்து வியாபாரிகள் மஞ்சள், இஞ்சி, ரிப்பன், குங்குமம், பொறி, சோளம் என்று விற்றுக் கொண்டிருக்க, சக்கர வண்டிகளில் சர்பத், மிக்சர், நறுக்கின மாங்காய், இவற்றை எல்லாம் விட, மரத்தடியில மூணு சீட்டு ஏமாற்று வித்தைக்குத்தான் கும்பல் அதிகமாக இருந்தது.

ராஜாத்தி காய்கறி மார்க்கெட்ட கடந்து சட்டி, பானை அடுக்கல்கள் தாண்டி போர்டெல்லாம் எதுவுமில்லாத தனது பட்டறைக்கு வந்தாள்.

கல் தூண்கள் நட்டு மேலே தாரடிக்கப்பட்ட பனஞ்சக்கைகள் கோத்து, ஓடு வேயப்பட்டிருந்தது. சுற்றிலும் இடுப்பளவிற்கு மட்டும் சுவர் கட்டி, அதற்குமேல் மூங்கில்

தட்டியடிக்கப்பட்டிருந்தது. ஏராளமான வெளிச்சத்தில் அங்கங்கே சைஸ் வாரியாக அடுக்கப்பட்ட மரங்களும், ரீப்பர்களும் அடைத்துக் கொண்டிருந்தன. செய்து முடிக்கப்பட்ட நிலைகளும், ஜன்னல்களும் மற்றொரு புறம் அடுக்கப்பட்டு, ஆசாரி இழைப்புளி வைத்து இழைத்துக்கொண்டு, உளிகொண்டு செதுக்கிக் கொண்டு, பெரிய சத்தங்களுடன் சுறுசுறுப்பாகச் செயல்பட்டுக் கொண்டிருக்க, ராஜாத்தி மரக் குப்பைகளுக்கு நடுவில் ஜாக்கிரதையாகக் கால்வைத்து, ஒரு ஓரத்தில் இருந்த மேஜைக்கு வந்து, வயர் கூடையை வைத்துவிட்டு, காலியாய் இருந்த நாற்காலியில் அமர்ந்தாள்.

"அப்பா எங்கடா?" மரச் சக்கைகளைப் பொறுக்கி சாக்கில் அள்ளிக் கொண்டிருந்த சின்னப்பையனிடம் கேட்டாள்.

"கடைத் தெரு வரைக்கும் போறேன்னுட்டுப் போனாருங்கக்கா."

"பேச்சுல உட்கார்ந்தார்னா வவுத்துப் பசி கூட தெரியாது அவருக்கு. போய்க் கூப்புடு. சாப்பாடு வந்துடுச்சின்னு சொல்லு."

மேஜை மேல் இருந்த நோட்டுப் புத்தகத்தை எடுத்துப் புரட்டினாள். அதில், செய்து முடிக்க வேண்டிய வேலைகளைப் பற்றியும், மர அளவுகள் பற்றியும், பென்சிலால் கோழிக்கிறுக்கலாய் அப்பா எழுதி வைத்திருப்பதைப் பார்க்கும்போது, சிரிப்பு வந்தது.

தேக்கு ஜன்னல் என்பதற்கு, 'தோக்கு ஜன்னல்' என்று எழுதியிருப்பதை பென்சில் எடுத்து திருத்தினாள். அருகே தொங்கின காலண்டரில் நான்கு நாட்களாகக் கிழிக்கப்படாமலிருந்த தேதிகளைக் கிழித்தாள்.

மேஜையின் டிராயரைத் திறந்து ஆராய்ந்தாள். ஆணி, ஸ்க்ரூ வாங்கியதற்கான பில்கள், எலெக்ட்ரிக் பில் கட்டிய ரசீதுகள், ஏதேதோ காகிதங்களுக்கடியில் அந்த இண்லண்ட் கடிதம் இருந்தது.

முகவரி எழுதப்பட்ட கையெழுத்தைப் பார்த்ததுமே அது தன் அக்காவின் கையெழுத்து என்று புரிந்தது. உடனே மனதில் 'திக்' என்று ஒரு துக்க உணர்வு பரவியது.

எடுத்துப் பிரித்தாள். பழைய தேதி இருந்தது. அக்கா முன்னெப்போதோ எழுதிய கடிதம்.

'ஸ்ரீ அங்காளம்மன் துணை' என்று துவங்கியிருந்தாள்.

அன்புள்ள அப்பாவுக்கு,

உங்கள் அன்பு மகள் எழுதியது. அங்கு நீங்களும், ராஜாத்தியும் நலமா? என் வாழ்க்கை எப்போதும் போல ஓடிக் கொண்டிருக்கிறது. என் மனதில் இருப்பதை உங்களைத் தவிர வேறு யாருக்குத் தெரியப்படுத்த முடியும்? அவர் முன்புபோல இல்லை. சின்ன விஷயத்திற்கெல்லாம் கோபப்படுகிறார். மனதில் தைப்பது போல முள்ளாய் வார்த்தைகளைக் கொட்டுகிறார். தன் இயலாமைக்கு என் மேல் ஆத்திரப்படுகிறார். திருமண சமயத்தில் அவருக்கு இருந்த மனப்பக்குவம் இப்போது இல்லை. தன் சகோதரர்கள் முன்னேறுவதைப் பார்த்து பொறாமைப்படுகிறார். அவர்கள் மனைவிகள், தங்கள் அம்மா வீட்டிலிருந்து கொண்டு வரும் சீர்களைப் பற்றி ஒப்பிட்டுக் காட்டுகிறார். எங்கிருந்து புதிதாக இந்த குத்தல் பேச்சுகளைக் கற்றார் என்றே புரியவில்லை. எல்லாச் சமயங்களிலுமே மௌனமாக இருக்க முடியாமல், எப்போதாவது பதில் சொன்னால், எதிர்த்துப் பேசுகிறாயா என்று அறைகிறார். நரக வாழ்க்கை என்பார்களே... அதை பூமியிலேயே நான் அனுபவித்து விடுகிறேன். இந்த விஷயங்கள் எல்லாம் உங்களுக்கு நான் ரகசியமாக எழுதுகிறேன். அவரை இது சம்பந்தமாக எதுவும் கேட்டுவிடாதீர்கள். பிறகு என் வேதனைதான் இரு மடங்காகும். நானே விரும்பி தேடிக்கொண்ட வாழ்க்கை. இதை நான் அனுபவித்தாக வேண்டும் என்று விதி இருக்கும்போது யார்தான் என்ன செய்ய முடியும்? பார்க்கலாம். அவர் மனம் மாற வேண்டும் என்று எல்லாத் தெய்வங்களையும் வேண்டிக் கொண்டிருக்கிறேன்.

கடிதத்தைப் படித்து முடித்தபோது, விழிக்ளின் விளிம்புகளில் கண்ணீர் எட்டிப் பார்த்தது. ஏற்கனவே படித்த கடிதம்தான் என்றாலும், பழைய கசப்பான நினைவுகளை அவளுக்குள் அது தூண்டிவிட்டது.

முற்றிலும் கருகிப் போய், கரிக்கட்டையாகக் கிடந்த தன் அக்காவின் உடம்பின் மேல் கதறி விழுந்ததும், ரொம்ப நேரம் வெறித்துப் பார்த்துக்கொண்டு அமைதியாய் இருந்த அப்பா, திடீரென்று பாய்ந்து அத்தான் கழுத்தை நெறித்து, "என் மவளே போய்ட்டா. நான் ஜெயிலுக்குப் போனாலும் சரி..." என்று கத்த, எல்லோரும் பிடித்து அவரைத் தனியாக இழுத்துச் சென்றதும் நேற்று நிகழ்ந்ததைப்போல மனதில் பசுமையாக வந்து போயிற்று.

பகை, தகராறு, பஞ்சாயத்து எல்லாம் தொடர்ந்தன. அக்கா போனது போனது தானே! பாவி, எத்தனை தெய்வங்களை வேண்டினாள்! அத்தனை தெய்வங்களும் அவளைக் கைவிட்டனவே.

"என்னம்மா இன்னைக்கு இவ்வளவு வெரசா சாப்பாடு எடுத்துட்டு வந்துட்டே?" கேட்டுக் கொண்டே கணேசன் வர, தன் கனமான நினைவுகளில் இருந்து மீள முயன்றாள் ராஜாத்தி.

கணேசன் ஸ்டூல் எடுத்துப் போட்டுக்கொண்டு அமர்ந்து, "அதை ஏம்மா இப்ப படிச்சுக்கிட்டு? மனசு ஒரு மாதிரியாய்டும். எடுத்து உள்ளே வை. அன்னைக்கு பட்டறையை சுத்தம் செஞ்சப்ப கிடைச்சது. எடுத்து வச்சேன். அன்னிக்கு படிச்சுட்டு நாலு நாளைக்கு சோறு, தண்ணி உள்ளே இறங்கலை. அவ தலையெழுத்து அப்படியாய்டுச்சி. நீ இலையைப் போடு. நீ சாப்ட்டியா?" என்றார்.

"சாப்ட்டேன்ப்பா" என்றாள். அமைதியாக இலையைப் போட்டு, கேரியரைப் பிரித்தாள். மௌனமாகப் பரிமாறத் துவங்கினாள். சின்னப் பையன் மண் பானையில் இருந்து தண்ணீர் கொண்டுவந்து வைத்தான்.

“அக்காவுக்குப் போட்ட நகைங்களை எல்லாம் திருப்பித் தர்றதா பஞ்சாயத்து பேசி கையெழுத்துப் போட்டுக் கொடுத்தாங்களே, என்னப்பா ஆச்சி?”

“எல்லாம் அடகுல இருக்கு, மீட்டுத் தர்றோம்னு ஆறுமாசம் அவகாசம் கேட்டாங்க. சரின்னோம். அது ஆச்சி ஒரு வருஷம். திதி கூட முடிஞ்சிடுச்சி. பஞ்சாயத்து பண்ணினவங்க மூலமா ரெண்டு, மூணு தடவை கேட்டுவிட்டாச்சும்மா. இந்தா, அந்தான்னு சொல்றாங்க. கொட்டுனாத்தான் தேளு, இல்லைன்னா பிள்ளைப் பூச்சின்னு நினைக்கிறானுங்க. இன்னொரு தரம் கேட்டுவிடப் போறேன். பதில் சரியா இல்லைன்னா வேற ஒரு யோசனை வச்சிருக்கேன். மனுஷனுங்களா அவனுங்க, எச்சலை நாய்ங்க. பொண்ணு பார்த்திட்டிருக்காங்களாம்.”

“யாருக்குப்பா?”

“வேற யாருக்கு, நம்ம மாஜி மாப்பிள்ளைக்கு. இன்னொரு கல்யாணம் பண்ணா வர்றவ சீரு, செட்டுன்னு கொண்டு வந்தா, அதில கொஞ்ச காலம் உக்காந்து தின்னலாம் பாரு. அப்புறம் அவ கைலயும் சீமெண்ணெயும், வத்தி பொட்டியும் கொடுத்தா பத்த வச்சிட்டுப் போறா. நல்லா சம்பந்தம் பண்ணோம் பாரு, குலம் தெரியாம, கோத்திரம் தெரியாம! இன்னும் ரெண்டு ஜோடி புதுசா வாங்கி என்னையே ஜோட்டால அடிச்சுக்கணும். பொண்ணு ஆசைப்பட்டா புடவை வாங்கித் தரலாம். நான் புருஷனையே வாங்கித் தந்தேன் பாரு... எல்லாம் என்னாலதான்.” என்றவருக்கு மேற்கொண்டு சாப்பிட முடியாமல் தொண்டை அடைத்துக்கொண்டது.

“சரி விடுங்கப்பா... அக்கா பேச்சை நான் எடுத்திருக்கக் கூடாது. அதை விடுங்க. என்கூட படிச்சாளே தவமணி, ஞாபகமிருக்கா?”

“எலந்தம்பட்டி புள்ளைதானே?”

“அவதான். அவ தங்கச்சி வயசுக்கு வந்திருக்காளாம். நாளைக்கு மஞ்சத் தண்ணி ஊத்தறாங்களாம். அவங்கப்பாவோட வந்து பாக்கு வெத்தலை வச்சி கூப்ட்டுட்டுப் போனா.”

“காட்டாத்து பாலம் உடைஞ்சதுலேர்ந்து பஸ் போறதில்லையேம்மா. கருவேலப்பட்டில இறங்கி ரெண்டு கிலோ மீட்டர் நடக்கணுமேம்மா.”

“ஏன், தங்கப்பனை வண்டி கட்டிட்டு வரச் சொன்னா காலைல போய்ட்டு சாயங்காலம் வந்துடறேனே.”

“சரி” என்ற கணேசன், “எதாச்சும் செய்யணுமா?”

“வெறுங்கையை வீசிக்கிட்டுப் போக முடியுமா? அக்கா கல்யாணத்துக்கு பலகாரம், பட்டு ரவிக்கை, வாழைத்தாருன்னு கொண்டாந்து அமர்க்களப்படுத்திருந்தாளேப்பா. இனிப்பு சீடையும், கை முறுக்கும் நான் வீட்டுல செய்திடறேன். பூ பழம், பாக்கு வாங்கி, ஒரு தாவணியாவது வச்சிக் கொடுத்தாதான் கௌரவமா இருக்கும்.”

கை கழுவி, வாய் கொப்புளித்து விட்டு வந்த கணேசன், “டேய், காரூபாய்க்கு வெத்தலை வாங்கிட்டு வாடா” என்று பையனை அனுப்பிவிட்டு, இடுப்பு வேட்டி மடிப்பில் இருந்து சாவிக் கொத்து எடுத்தார்.

மேஜையின் மற்றொரு அறையைத் திறந்து, பழைய தகர சாக்லேட் டப்பாவுக்குள் இருந்த பணம் எடுத்து எண்ணி, “இந்தா, இதுல நூறு ரூபா இருக்கு. எது வேணுமோ வாங்கிட்டுப் போய்டு. நான் காலைல தங்கப்பனை வரச் சொல்லிடறேன். வெயில் ஏர்றதுக்கு முன்னாடி புறப்பட்டுடு” என்று கொடுத்தார்.

டிபன் கேரியரைக் கழுவி அடுக்கி கூடையில் வைத்துக்கொண்டு புறப்பட்டாள் ராஜாத்தி.

***

ராத்திரி பெய்த மழையில் மண்சாலைக்கும் அதற்கும் ஒரே சேறும், சகதியுமாய் இருந்தது. வழியெங்கும் அங்கங்கே குட்டை போல பழுப்பு நீர் தேங்கியிருக்க, தன் பட்டுப் பாவாடையில்

சேறு சிதறிவிடக் கூடாதென்று ராஜாத்தி கவனமாய் கால்களைத் தூக்கி வண்டிக்குள் வைத்திருந்தாள்.

திடீரென்று வண்டி ஒரு பக்கமாய் சாய, ராஜாத்தி கத்தியேவிட்டாள். ஆழம் புரியாமல் ஒரு பள்ளத்தில் இறங்கியதில் வண்டியின் சக்கரத்தில் கால் பகுதி வரைக்கும் சகதிக்குள் புதைந்து போய்விட...

"நிமிர்த்திடலாம். நீ முதல்ல கீழே இறங்கு பாப்பா" என்றான் தங்கப்பன். அவன் கைத் தாங்கலுடன் வண்டியை விட்டுக் கீழே இறங்கினாள் ராஜாத்தி.

"என்ன இப்படி பள்ளத்தில் விட்டுட்டே? புறப்பட்டதே லேட்டு. சீக்கிரம் தூக்கு" என்று திரும்பியவளின் கண்கள் ஆச்சரியத்தில் விரிந்தன.

தூரத்தில் ஜீவா நின்று கொண்டிருந்தான்.

***

7

அத்தியாயம்

ஜீவா தன் பேண்ட்டை முழங்கால்கள் வரை ஏற்றிவிட்டுக் கொண்டு வயலில் நாற்றுகளுக்கு மத்தியில் நின்றிருந்தான்.

வரப்பில் பிளாஸ்டிக் வாளிகள் இரண்டு இருந்தன. காக்கிச் சட்டையும், டிராயரும் அணிந்த உதவிப் பையன் கையில் இரண்டு மூன்று விதமான பூச்சி மருந்து டின்களை வைத்திருந்தான்.

ஜீவாவைச் சுற்றிலும் ஆண்களும், பெண்களுமாய் ஏழெட்டு பேர் நின்றிருந்தார்கள். அவன் சொல்வதைக் கேட்டுக்கொண்டு, தலையை ஆட்டி அவன் வாயையே பார்த்துக் கொண்டிருந்தார்கள்.

சற்றுத் தள்ளி மரத்தடி நிழல் ஒன்றில் சிறிய வேன் ஒன்று ஆட்டோவை விடச் சற்றே பெரிய சைஸில் இருந்தது. அதில் பூச்சி மருந்து விளம்பரமும், ஏஜெண்ட்டின் முகவரியும் பெயிண்ட்டால் எழுதப்பட்டிருந்தது.

“இன்னிக்கு நாத்துதான் நாளைக்குப் பயிர். ரொம்ப பேர் பயிரானதுக்கப்புறம்தான் பூச்சி மருந்து அடிக்கிறாங்க. அதுவும் பயிர்ல பூச்சியைப்

பார்த்தப்புறம் தான் அடிக்கிறாங்க. இது ரொம்ப தப்பு. நாத்தா இருக்கிறப்பவே கவனிச்சிப் பார்க்க வேண்டிய விஷயங்கள் நிறைய இருக்கு. இப்ப குழந்தைகளுக்கு பிற்காலத்துல நோவு வராம இருக்கிறதுக்காக முன்னாடியே தடுப்பூசி போடறோமா இல்லையா? அதே மாதிரி நாளைக்கு பயிர்ல பூச்சி வரக் கூடாதுன்னா அதுக்கு இப்பவே தடுப்பு மருந்து இருக்கு. எங்க 'விவான்' கம்பெனி புதுசு. வெளிநாட்டுல ஆராய்ச்சி செய்து சிபாரிசு செய்ற அதே முறைகள்ல எங்க கம்பெனி மட்டும்தான் தயார் செய்யுது. விலையும் குறைச்சல். உங்க எல்லாருக்கும் மாதிரிக்காகக் கொஞ்சம் கொடுக்கறேன். காசு எதுவும் கொடுக்க வேணாம். எப்படிப் பயன்படுத்தறதுன்னும் சொல்லித் தர்றேன்" என்று ஜீவா பிரசங்கம் போல சொல்லிக் கொண்டிருந்தவன் திடீரென்று நிறுத்தினான்.

விவசாயிகளின் கூட்டத்திற்கு நடுவில் கைகளைக் கட்டிக்கொண்டு, உதட்டில் புன்னகையுடன் அவனையே பார்த்துக் கொண்டிருந்தாள் ராஜாத்தி.

"அட! நீங்களா?" என்றான் ஜீவா.

"நீங்க பாட்டுக்கு தொடர்ந்து பாடம் நடத்துங்க வாத்தியாரய்யா" என்றாள் குறும்பாக.

"என் பொழைப்பைப் பார்த்தா உங்களுக்குக் கிண்டலா இருக்கா?" என்றவன், "மணி, எப்பவும் போல மருந்தை கலந்து தெளிச்சிக் காமிடா" என்று உதவியாளனிடம் சொல்லி விட்டு, வரப்பில் ஏறினான், "இருங்க, கை கழுவிட்டு வந்துடறேன்."

அருகில் ஓடிக் கொண்டிருந்த பம்ப் செட்டில் இருந்து பாயும் நீரில் கை, கால்களைக் கழுவிக் கொண்டு, பேண்ட்டின் மடிப்பைக் கீழே இறக்கி விட்டுக்கொண்டு அவள் நின்று கொண்டிருந்த மரத்தடி நிழலுக்கு வந்து கைக்குட்டையில் கைகளைத் துடைத்துக் கொண்டே, "பட்டுப் பாவாடை எல்லாம் கட்டியிருக்கீங்க. எதுவும் விசேஷமா? இந்த ஊர்ல யாரும் உறவுக்காரங்க இருக்காங்களா?" என்றான்.

“இல்லை சார், எலந்தம்பட்டி போய்ட்டிருக்கோம். அங்கே எங்கூடப் படிச்சவ தங்கச்சிக்கு மஞ்சத் தண்ணி ஊத்தறாங்க. வண்டி தடக்குன்னு பள்ளத்தில இறங்கிடுச்சி. சக்கரம் சேத்துல வசமா சிக்கிடுச்சி. அதோ பாருங்க, வண்டியை நிமிர்த்திக்கிட்டிருக்காங்க” திரும்பிப் பார்த்தான். தூரத்தில் நான்கைந்து பேர் சக்கரத்தை மேட்டுக்குத் தள்ள முயன்று கொண்டிருந்தார்கள்.

“திரும்பிப் பார்த்தேன். நீங்க நின்னுகிட்டிருந்தீங்க. அதான் சௌகரியமான்னு விசாரிச்சுட்டுப் போகலாம்னு வந்தேன். இதே மாதிரி ஊர் ஊராப் போய்ப் பாடம் நடத்திட்டு இலவச விநியோகம் பண்ணிட்டுப் போய்டுவீங்களா?”

“ஆமாம். ஒசின்னா எனக்கொண்ணு எங்கப்பாவுக்கு ஒண்ணுன்னு வாங்கிக்கறாங்க. ஒரு பய கடையில காசு கொடுத்து வாங்க மாட்டேங்கறான். ஏற்கெனவே இந்த தொழில்ல பெரிய பெரிய கம்பெனிங்க பேர் வாங்கி வியாபாரத்தை ஸ்தாபிச்சிட்டாங்க. எங்களோடது புதுசு. பேரு மனசுல பதிய வைக்கவே ரெண்டு, மூணு வருஷமாகும். அப்பா நல்லா இருக்காரா?” என்றான் ஜீவா.

“நல்லா இருக்கார். அக்காவை ஆஸ்பத்திரிலேர்ந்து அழைச்சுட்டுப் போனப்ப பணம் குறையுதுன்னு அப்பா உங்ககிட்ட எழுபது ரூபா வாங்கினாராமே, அதை மணியார்டர் செய்யணும்னு சொல்லிட்டிருந்தார். வந்திச்சா சார்?”

“வரும். இப்பல்லாம்தான் தபால் ரொம்ப லேட்டா வருதே.”

“அப்ப இன்னும் வர்லையா? அனுப்பினாரா, இல்லையான்னு நான் விசாரிக்கிறேன். அனுப்பலைன்னா உடனே அனுப்பச் சொல்றேன்.”

“பரவால்லைங்க. நெருக்காதிங்க கொஞ்சம் முன்ன பின்ன அனுப்புறதுன்னாலும் அனுப்பட்டும்.”

தங்கப்பன் தலையில் கட்டியிருந்த முண்டாசை அவிழ்த்து தோளில் போட்டுக்கொண்டே வந்து, “அட! கண்ணாடி தம்பியா? அதான, பாப்பா யாரோட பேசிட்டிருக்குதுன்னு பார்த்தேன்” என்றான்.

“அது சரி, வண்டியை ஏத்தியாச்சா?” என்றாள் ராஜாத்தி.

“ஏத்தியாச்சு பாப்பா. அதுல பாரு, ஒரு சிக்கல். சக்கரத்தோட பட்டை கழண்டு தனியா வந்திடுச்சி. பட்டை இல்லாம வண்டியை ஓட்டிக்கிட்டுப் போறது சிரமம் பாப்பா, இப்ப என்ன செய்யலாம்?” என்றான்.

“விளையாடறியா நீ? மணி என்ன சார் ஆச்சி?”

“ஒம்போதாகப் போகுது.”

“ஒம்போது மணிக்குள்ள வந்துடு, அதுக்கப்புறம் நல்ல நேரமில்லைன்னு சொன்னா. உன் வண்டியை நம்பி புறப்பட்டது தப்பாப் போச்சே.”

“நான் என்ன பண்ணட்டும் பாப்பா? இத்தனை வருஷத்தில இந்த மாதிரி எப்பவாவது ஆகியிருக்கா?”

“இருங்க. சண்டை போட்டுக்காதீங்க” என்றான் ஜீவா. “இப்ப என்ன? நீங்க எலந்தம்பட்டி போகணும், அவ்வளவுதானே?”

“ஆமாம்” என்றாள் ராஜாத்தி. “நம்ம வேன்ல கொண்டு போய் விடச்சொல்றேன். இங்கேர்ந்து மிஞ்சி மிஞ்சிப் போனா ரெண்டு கிலோமீட்டர் கூட இருக்காது. மூர்த்தி, மூர்த்தி!” என்றழைத்தான். யாரையும் காணோம்.

மருந்து கலந்து கொண்டிருந்த உதவிப் பையன் மணி ஓடி வந்து, “அண்ணே, இங்கேர்ந்து போறதுக்கு மத்தியானத்துக்கு மேலே ஆகும்னு நீங்க சொன்னிங்களா, அதனால டிரைவரண்ணன் அந்த மாந்தோப்புக்குள்ள சாராயம் கிடைக்குமான்னு விசாரிச்சிக்கிட்டுப் போய்ட்டாரு” என்றான்.

“கிழிஞ்சது” என்றான் தங்கப்பன்.

ஜீவா வேனின் கதவைத் திறந்து உள்ளே பார்த்து, “நல்ல வேளை, சாவியை விட்டுட்டுப் போயிருக்கான். நீங்க வாங்க, நானே கொண்டு போய் விட்டுடறேன்” என்றான்.

“உங்களுக்கு எதுக்குங்க சிரமம்? அந்த ஊருக்குப் போற வண்டி எதுவும் வருதான்னு பார்க்கச் சொல்றேன்” என்றாள் ராஜாத்தி.

“இதில் சிரமம் என்னங்க இருக்கு? பத்து நிமிஷத்தில போய்ட்டு வந்துடலாம். ஒரு அவசரத்துக்கு உதவலைன்னா எப்படி?”

“லைசென்ஸ் இருக்கா?” என்றான் தங்கப்பன்.

“நீங்க போய் சக்கரத்துக்கு பட்டை போடுங்க. உங்க எஜமானியம்மாவை நான் பத்திரமா கொண்டு போய் விட்டுடுவேன்” என்று ஜீவா வேனின் டிரைவர் ஆசனத்தில் அமர்ந்தான்.

தான் கொண்டு வந்திருந்த பெரிய பையுடன் மற்றொரு கதவைத் திறந்து அவன் அருகில் அமர்ந்து கொண்டாள் ராஜாத்தி.

ஸ்டார்ட் செய்து வேன் புறப்பட்டதும் கேட்டாள், “அன்னிக்கு காபி டபராவுக்கடியில் வாங்கின பணத்தை ஏன் திரும்ப வச்சிட்டிங்க?”

“நீங்க செய்யாத தப்புக்கு தண்டனை கொடுக்கிற மாதிரி பட்டது. நீங்களோ வாங்கியே ஆகணும்னு வற்புறுத்தினிங்க, தூரத்தில் உங்க அப்பா வேற வந்திட்டிருந்ததைப் பார்த்தேன். வாதம் பண்ணக்கூட சந்தர்ப்பம் இல்லை. அதனால வாங்கி, அப்படி வச்சிட்டுப் போய்ட்டேன். அதைப் பார்த்து நீங்க எடுத்துக்கிட்டிங்களோ இல்லையோன்னு அப்புறம் யோசிச்சிட்டிருந்தேன். நீங்களும், உங்கப்பாவும் ஏதோ நெருக்கமான சொந்தக்காரனை உபசரிக்கிற மாதிரி உபசரிச்சது, பேசினது எல்லாம் ரொம்ப சந்தோஷமா இருந்திச்சிங்க. உங்கப்பாதான் ரெண்டு தடவை வந்தாரு. அவங்களை ஆஸ்பத்திரில. பார்க்க, அழைச்சுட்டுப் போக. நீங்க வரலையே?”

“ஆமாம். நான் வர்லை.”

"நீங்க வருவிங்கன்னு நான் எதிர்பார்த்தேன்."

அந்த சமயத்தில் ராஜாத்தி பெண்களுக்கான மாதாந்திர விடுமுறையில் இருந்ததால் போக முடியாமல் போனதை இவனிடம் எப்படிச் சொல்வது என்று புரியாமல் நெளிந்தாள்.

"சில பேருக்கு ஆஸ்பத்திரி, ரத்தம்னாலே பிடிக்காது. உங்களுக்கு அந்த மாதிரி அலர்ஜியோன்னு நினைச்சுக்கிட்டேன்."

அவனே ஒரு காரணத்தைக் கற்பித்துக் கொண்டதில், சங்கடத்தில் இருந்து விடுபட்டு, "ஆமாம், ஆமாம்" என்று சொல்லி வைத்தாள்.

சற்று நேரம் மௌனம் நிலவ, ஒரு முறை ராஜாத்தி திரும்பிப் பார்த்தபோது, அதே சமயம் அவனும் திரும்பிப் பார்த்ததால், ஏதோ குற்றம் செய்துவிட்டது போல தன் பார்வையை நகர்த்தி சாலையைப் பார்த்தாள் ராஜாத்தி.

மாயவரத்தில் தன்னை அவன் எதிர்பார்த்ததாகச் சொன்னது மனதிற்கு ஒருவித பரவசத்தை ஏன் தருகிறது என்று அவளுக்குப் புரியவில்லை. அதேபோல திடீரென்று அவனை சந்தித்து, இப்படி அவனுக்கு அருகில் அமர்ந்து பயணம் செய்யும் சந்தர்ப்பம் அமைந்ததில், சங்கடத்திற்குப் பதில் ஒருவித சந்தோஷமே மேலோங்கியிருப்பதை அவளால் உணர முடிந்தது.

ஜீவா என்று ஒரு முறை மனதிற்குள் சொல்லிப் பார்த்துக்கொண்டாள், இனிமையான பெயர் என்று தோன்றியது.

"பையில கமகமன்னு வாசனை வருது, பலகாரமா" என்றான்.

"முறுக்கு. சாப்பிடறிங்களா?"

"இல்லை வேணாம். சும்மா கேட்டேன்."

"ஏதோ சுமாரா செய்வேங்க. சாப்பிட்டுப் பாருங்களேன்."

ராஜாத்தி பைக்குள் இருந்த தூக்கின் மூடி திறந்து ஒரு முறுக்கு எடுத்து அவனிடம் நீட்டினாள். வண்டியை ஓட்டிக்கொண்டே கைநீட்டி வாங்கிக்கொண்ட போது, அது தவறி கீழே விழ...

முறுக்கை எடுப்பதற்காக இரண்டு பேரும் ஒரே நேரத்தில் குனிய... இருவர் தலைகளும் முட்டிக் கொண்டன. ராஜாத்தி முறுக்கை எடுத்துக்கொண்டு, நாணத்துடன் தன் தலையைத் தேய்த்துக் கொண்டாள் அவனை ஓரக் கண்ணில் பார்த்தபடி.

***

8

அத்தியாயம்

ராஜாத்தியும், ஜீவாவும் ஒரே சமயத்தில் குனிந்து. தலையை முட்டிக்கொண்டு தடுமாறினதில் வண்டியின் சீரான ஓட்டம் கலைந்து போனது.

மண் சாலையின் இடது புற சரிவில் இறங்கும் நோக்கத்துடன் வேன் குறிவைத்துப் பாய, ராஜாத்தி அதைப் பார்த்து அலறிவிட்டாள்.

ஜீவா அவசரமாக ஸ்டியரிங்கை முழுக்க வலது புறம் திருப்ப, ராஜாத்தி பாலன்ஸ் இழந்து அவன் பக்கமாகச் சரிந்து, அவன் மேல் அப்படியே விழுந்துவிட்டாள்.

தடுமாறி, சுதாரித்து நகர்ந்து கொண்டபோது, வேன் சாலையில் நேராகியிருந்தது. ஆனால் இந்த வினாடி நேர ரகளையில் குறுக்கே ஓடின கோழி பதறி ஓட முயன்று முடியாமல், முன் சக்கரத்தில், மாட்டிக்கொண்டது.

கிரீச் என்ற சத்தத்துடன் பிரேக் போட்டு வேனை நிறுத்தினான் ஜீவா "கோழி மாட்டிக்கிச்சின்னு நினைக்கிறேன்..." என்றவன், கதவைத் திறந்துகொண்டு இறங்கினான்.

விலகியிருந்த தன் தாவணித் தலைப்பை சரி செய்து கொண்டபடி ராஜாத்தியும் மறுபக்கத்தில் கீழே இறங்கினாள்.

ஜீவா கீழே குனிந்து, உயிர்விட்ட அதைக் கால்களைப் பிடித்துத் தூக்கி, "பாவங்க இந்தக்கோழிக்கு இன்னைக்கு விதி போலிருக்கு" என்று கூறிவிட்டு சுற்றும் முற்றும் பார்த்தான்.

"அக்கம் பக்கத்தில் யாரும் இல்லை. ஓரமா தூக்கிப் போட்டுட்டு வேனை எடுத்துக்கிட்டு கிளம்புங்க சார் சீக்கிரம்!" என்றாள் ராஜாத்தி.

"அது நியாயமில்லைங்க" என்ற ஜீவா சற்றுத் தள்ளி ஒரு குடிசையைப் பார்த்தான். அதன் வாசலில் ஏழெட்டுக் கோழிகள் மேய்ந்து கொண்டிருந்தன.

"அந்த வீட்டுக் கோழியாத்தான் இருக்கணும். வாங்க, சொல்லிக் கொடுத்துட்டு வரலாம்."

"சொன்னாக் கேளுங்க சார். தகராறாய்டும்" என்று சொல்லிக்கொண்டே அவனைப் பின்தொடர்ந்தாள் ராஜாத்தி.

நடந்து, அந்தக் குடிசை முன்னால் வந்து நின்று, "வீட்ல யாருங்க?" என்று குரல் கொடுத்தான் கையில், எடுத்த கோழியைப் பிடித்தபடி.

"யாரது?" என்று உள்ளேயிருந்து ஆஜானுபாகுவாக ஒரு ஆசாமி இடுப்பில் லுங்கியும், வாயில் பீடியும், கையில் விரித்துப் பிடித்த சீட்டுகளுமாக வெளியே வந்தான்.

"இந்தக் கோழி உங்களுதுங்களா?"

"ஆமாம். அடப்பாவி! என்னய்யா செஞ்சே, செத்துப் போச்சா?"

உள்ளேயிருந்து இப்போது இன்னும் ரெண்டு பேர் வந்து அவனுக்குப் பக்கமாக நின்று கொண்டார்கள்.

"வேன்ல வந்தோங்க. கோழி குறுக்கே வந்துடிச்சி. பிரேக் அடிச்சும் பிரயோஜனமில்லாம அடிபட்ருச்சிங்க. அதான் சொல்லி ஒப்படைச்சுட்டு மன்னிப்பு கேட்டுட்டுப் போகலாம்னு வந்தேன்."

அவர்கள் மூன்று பேரும் ஒருவரை ஒருவர் பார்த்துக்கொண்டார்கள்.

"மன்னிப்பு கேட்டுட்டா சரியாப் போச்சா? நேத்துதான் சந்தையிலேர்ந்து வாங்கிட்டு வந்தேன்."

"தப்புதாங்க. வேணும்னு நடக்கறதில்லைங்களே... அஞ்சோ, பத்தோ கொடுத்துடறேன்" பாக்கெட்டில் கை வைத்து பணம் எடுக்கப்போனான் ஜீவா.

"அஞ்சோ, பத்தோவா? இதென்ன சீக்குக் கோழின்னு நினைச்சியா? ஜாதிக் கோழி. எவ்வளவுக்குடா வாங்கினோம்?" என்றான் பீடி மற்றவனைப் பார்த்து.

"விலை நானூறு. தரகு நூறு. ஆக மொத்தம் ஐநூறு ரூபாய் கொடுத்தோம் இல்லையா பாண்டி?"

"ஆமாம், ஆமாம். நானும்தானே வந்திருந்தேன்" என்றான் அந்த மூன்றாவது பாண்டி.

"இதபாருங்க. இப்படியெல்லாம் அழிச்சாட்டியமா பேசாதீங்க. வண்டில அடிபட்டதும் நிப்பாட்டாம நான் பாட்டுக்கு போயிருக்கலாம். ஏதோ பொறுப்பா கொண்டுவந்து சொல்லி, மன்னிப்பு கேட்டா, இப்படி பேசறீங்களே. பத்து ரூபா தர்றேன். வாங்கிக்கங்க. அதுக்கு மேல ஒரு பைசாகூட தரமாட்டேன்."

ஜீவா பத்து ரூபாய் நோட்டை எடுத்து அவர்களிடம் நீட்டினான்.

அவர்கள் மூவரும் கைகளைக் கட்டிக்கொண்டு விரைப்பாக நின்றார்கள். பீடிக்காரன், "ஐநூறு ரூபா வைக்காம வேன் நகராது தம்பி" என்றான்.

ஜீவா கோழியை ஓரமாகத் தூக்கிப் போட்டான். பத்து ரூபாய் நோட்டை அவனை நெருங்கி சட்டைப் பாக்கெட்டில் வைத்தான்.

“வர்றோம். வாங்க, நல்லதுக்கு காலமில்லை பாருங்க” என்று வேனை நோக்கி நடக்கத் துவங்க... ராஜாத்தி தொடர்ந்தாள்.

“டேய், நில்லுடா! பொண்டாட்டிக்கு முன்னாடி உன் மரியாதை கப்பலேறணும்னா அடுத்த அடி எடுத்துவையி!”

ஜீவாவும், ராஜாத்தியும் நடந்து கொண்டிருந்தவர்கள் நின்று, திரும்பிப் பார்த்தார்கள்.

“கழுத்துல தாலியைக் காணோமே. பெண்டாட்டி இல்லை போலிருக்கே” என்றான் ஒருவன்.

“அப்படின்னா யாரு?” என்றான் மற்றொருவன்.

ஜீவாவின் உதடுகள் துடித்தன. கண்கள் சிவந்தன. நெற்றியில் ஒரு ஒற்றை நரம்பு பற்கடிப்பில் மெதுவாகப் புரண்டது.

அவர்களை நோக்கி ஒரு அடி எடுத்து வைத்தான்.

“வேணாம், வாங்க சார். போய்டலாம்” என்றாள் பதைப்புடன் ராஜாத்தி.

“இப்ப என்ன செய்யணும்ங்கறே?” என்றான் ஜீவா தன் சட்டையின் கைகளை முழங்கைக்கு மேல் ஏற்றி விட்டுக்கொண்டு.

“ஐநூறு ரூபா தந்தாகணும்.”

“அவ்வளவு பணம் என்கிட்டே இல்லை. இருந்தாலும் தரமாட்டேன்.”

“அப்ப ஒண்ணு செய்யலாம். நீ போய் வேன்ல இரு. இந்த குட்டியை உள்ளே அழைச்சுட்டுப் போறோம். பத்து நிமிஷத்துல திருப்பி அனுப்பிச்சிடறோம்” என்ற பீடிக்காரன் வாக்கியம் முடிக்கும் முன்பாக அவன் முகத்தில் விழுந்தது ஜீவாவின் முதல் குத்து.

மூவருமாகச் சேர்ந்து ஜீவாவின் மேல் பாய வர, ஜீவா தன் இடுப்பு பெல்ட்டை உருவிக் கொண்டான்.

சற்று நேரத்தில் செம்மண் புழுதி பறக்க அங்கே யார் யாரை அடிக்கிறார்கள் என்பதே புரியாதபடி ரகளை நடந்து கொண்டிருக்க... ஊருக்குள்ளிருந்து பத்து, பதினைந்து பேர் ஓடி வந்து அந்தச் சண்டையை மிகுந்த பிரயத்தனத்தின் பேரில் விலக்க முற்பட்டார்கள்.

பீடிக்காரனோடு இருந்த இரண்டு பேர்களும் எப்போதோ நழுவியிருக்க, அவன் மட்டும் தன்னை இழுத்துப் பிடித்தவர்களை மீறி திமிறிக்கொண்டு, "டேய்! என் மேலயா கை வச்சே? உன்னை என்ன பண்றேன் பாரு..."... என்று கத்திக்கொண்டிருந்தான்.

"நீங்க போங்க தம்பி" என்று விவரம் கேட்டுக்கொண்ட பெரிய தலைகள் சமாதானப்படுத்தி ஜீவாவையும், ராஜாத்தியையும் வேனில் ஏறச் சொன்னார்கள்.

வேன் புறப்பட்டு அங்கிருந்து நகர்ந்ததும் சொன்னாள் ராஜாத்தி, "நான் முதல்லயே சொன்னேன், தகராறு வரும்னு, நீங்கதான் கேக்கலை."

"ஏதோ நேர்மையா நடந்துக்கலாமேன்னு பார்த்தேன். நாக்குல நரம்பில்லாம எப்படியெல்லாம் பேசறாங்க பாருங்க. பாவம், உங்களுக்கு ரொம்ப லேட்டாய்டுச்சி இல்லே?"

"அது பரவால்லைங்க. உங்க கைல பாருங்க, அவங்க நகம் கீறி ரத்தம் வருது. வேனை அந்த ஓடை பக்கமா நிறுத்தி முதல்ல கழுவி, துடைச்சுக்கங்க" என்றாள் அப்போதுதான் அவன் கையில் நகக் கீறல்களைப் பார்த்து.

"பரவால்லைங்க. சின்ன காயம்தான், விடுங்க. உங்களுக்கு நேரமாயிடும்" என்று தொடர்ந்து வேனை ஓட்டினான்.

"வேன்ல துணி கூட எதுவும் இல்லையே" என்று குனிந்து தேடிப் பார்த்து விட்டு, தன் இடுப்பில் செருகியிருந்த கர்சீப்பை

எடுத்து நீட்டினாள். “இந்தாங்க துடைச்சுக்கங்க. பரவால்லை, பிடிங்க.”

ஜீவா வாங்கி ரத்தத்தை அழுத்தித் துடைத்துக்கொள்ள, மீண்டும் ரத்தம் வழிந்தது.

“கொண்டாங்க, அப்படியே அழுத்திக் கட்டினா ரத்தம் வர்றது நின்னுடும்.”

கைக்குட்டையை வாங்கி அவன் காயத்தின் மேல் சுற்றி முடிச்சு போட்டுவிட்டு நிமிர்ந்தபோது, அவன் தன் முகத்தையே பார்த்துக் கொண்டிருப்பதைப் பார்த்ததும், திடீரென்று வெட்கம் வந்துவிட்டது அவளுக்கு.

“ரோட்டைப் பார்த்து ஓட்டுங்க” என்றதும் பார்வையைத் திருப்பிக்கொண்டான் ஜீவா.

“எல்லாம் என்னால தான்” என்றாள் ராஜாத்தி.

“நீங்க என்ன செஞ்சிங்க?”

“வண்டி பள்ளத்தில் மாட்டிக்கிச்சின்னு நான் வந்து சொன்னதாலதானே நீங்க வேன்ல ஏத்திக்கிட்டுப் புறப்பட்டிங்க. அதனாலதான கோழி அடிபட்டு அவ்வளவு பெரிய ரகளையாச்சு.”

“அடிதடி எனக்குப் புதுசு இல்லைங்க. காலேஜ்ல படிக்கிறப்ப மாணவர் தலைவரா இருந்தேன். அப்ப பல தடவை போராட்டம் அடிதடி எல்லாம் சந்திச்சாச்சு. சாதாரணமா எனக்கு கோபம் வராதுங்க. அவன் உங்களை குட்டி, கிட்டின்னு சொன்னதும் எனக்குச் சுர்ருன்னு ஏறிடுச்சி.”

ராஜாத்தி மௌனமாகத் தலை குனிந்திருந்தாள்.

அந்த மூவரில் ஒருவன் தன்னை ‘ஜீவாவின் பெண்டாட்டி’ என்று குறிப்பிட்டு சொன்னதை நினைத்துப் பார்க்கும்போது, சுகமாக இருந்தது.

திடீரென்று ஒரு வினாடி அந்த வேன் மறைந்து, அது மணவறையாகவும், பட்டுப் புடவையும், நகைகளும் அணிந்து

தலைகுனிந்து மணப்பெண்ணாக ராஜாத்தியும், அருகில் வேஷ்டி, சட்டையில் மணமகனாக ஜீவாவும் கற்பனையில் தோன்றியது.

எலந்தம்பட்டியில் தன் தோழியின் வீட்டுக்கு முன் அவளை இறக்கி விட்டுவிட்டு, "நான் வர்றங்க" என்று அவன் சொன்னபோது... அந்த வேன் பயணம் இவ்வளவு சீக்கிரம் முடிந்திருக்க வேண்டுமா? என்று ஏமாற்றமாக உணர்ந்தாள்.

வேனைத் திருப்பிக்கொண்டு புறப்பட்ட ஜீவா தன் கையில் ராஜாத்தி கட்டிவிட்ட கர்சீப்பைப் பார்த்துக் கொண்டான்.

அவன் உதடுகளில் ஒரு காரணமில்லாத புன்னகையும் மனதிற்குள் அர்த்தம் தெரியாத குதூகலமும் ஆக்ரமித்தன.

***

9

அத்தியாயம்

வீட்டு வாசலில் கட்டில் போட்டமர்ந்து கணேசன் இரண்டு பேர்களோடு நடக்க இருக்கும் ஊர் திருவிழாவைப் பற்றி, அதற்கான ஏற்பாடுகள் பற்றி, விரிவாகப் பேசிக் கொண்டிருக்க...

குறை நிலவு ஒவ்வொரு மேக சட்டையாக அணிந்து பார்த்து விலகிக் கொண்டிருந்தது.

வீட்டுக்குள்ளிருந்து குரல் கொடுத்தாள் ராஜாத்தி, "மணி பத்தாகப் போகுதுப்பா. வந்து சாப்பிட்டுட்டுப் போய்ப் பேசுங்களேன்."

"முக்கியமா பேசிக்கிட்டிருக்கோம். நீ சாப்புடு."

"நான் சாப்டுட்டேன்."

"அப்ப எனக்கு தட்டு எடுத்து வச்சிட்டு நீ படுத்துக்க. நான் எடுத்துப் போட்டுக்கறேன்."

ராஜாத்தி சமையலறையில் அப்பாவுக்கான தட்டை. எடுத்துத் தரையில் கவிழ்த்து வைத்து, சாதம், குழம்பு, தயிர் எல்லாம் எடுத்து அருகில் வைத்து மூடி, தண்ணீர் செம்பு வைத்து, மனைப் பலகை போட்டாள். கழுவ வேண்டிய ஒன்றிரண்டு பாத்திரங்களைக் கழுவிக் கவிழ்த்து வைத்துவிட்டு, தன்னுடைய அறைக்கு வந்தாள்.

மர அலமாரிக்கு மேலே சுருட்டி வைத்திருந்த பாயை எடுத்துப் போட்டு, தலையணையைப் போட்டாள். சிம்னி விளக்கை ஏற்றி சின்னதாய் ஒளி அமைத்து வைத்து, மின் விளக்கை அணைத்து விட்டுப் படுத்தாள்.

அருகில் ஜன்னலில் இருந்து குளிர்ந்த காற்று அவளை வினாடிகள் இடைவெளியில் வருடிவிட்டுப் போனது. தீப மொட்டு மெதுவாக முட்டை கிளாசுக்குள் இடுப்பசைத்து நடனமாட, அதனடியில் வட்ட இருள். மேலே விட்டத்தில் பெரிய வட்டமாக ஒரு வெளிச்சம். அதில் ஒரு பல்லி பூச்சியைத் துரத்திக் கொண்டிருந்தது.

ராஜாத்தி கண்களை மூடியதுமே ஜீவாவின் முகம் தெரிந்தது. ஏதோ இப்போது அவன் எதிரே உட்கார்ந்து இவளைப் பார்த்துக் கொண்டிருப்பது போல் குப்பென்று ஒரு வெட்கம் அவள் உடம்பெங்கும் பொங்கி அடங்கியது. உதடுகள் ஒரு தரம் ‘ஜீவா’ என்றன.

வயலில் விவசாயக் கூட்டத்தின் நடுவில் அவன் விளக்கம் சொல்லிக் கொண்டிருந்தது, இவள் பார்த்தது, பேசியது, வேனில் பயணம் செய்தது, கோழியடித்து தகராறானது எல்லாம் சினிமா போல இப்போது ஒருமுறை மனதில் ஓடியது.

அவன் புறப்பட்டுச் செல்லும் வரை மனதில் அசைபோட்டு முடித்த பிறகும், மறுபடி அவன்! முதல் முறை ரயில்வே ஸ்டேஷனில் சந்தித்ததில் துவங்கி, காபி டபராவுக்கடியில் பணம் வைத்துவிட்டுப் போனதுவரை மீண்டும் ஒரு நினைவோட்டம்.

அவனைப் பற்றி நினைத்துப் பார்ப்பதில், அந்த நினைவில் அவன் முகத்தைப் பார்ப்பதில், அவன் குரலைக் கேட்பதில்... ஒரு இதமான சுகம் மயிலிறகின் தீண்டலாய் மனதில் சிலிர்ப்பை ஏற்படுத்துவதை உணர முடிந்தது.

என்ன ஆயிற்று எனக்கு? ஏன் அவரைப் பற்றியே நினைக்கிறேன்? அவரை நினைக்கும்போது ஒரு புதுவகை

கிளர்ச்சி ஏன் ஏற்படுகிறது? மீண்டும் எப்போது பார்ப்பேன் என்கிற ஏக்க வினா ஏன் எழுகிறது?

ஒரு புத்தி சுட்டு விரல் நீட்டி அவளுக்குள் தொடர்ச்சியாய்க் கேள்வி கேட்டுக் கொண்டிருக்க.... அவளுக்கு விடை தெரியவில்லை.

ராஜாத்தி புரண்டு படுத்தாள். படுத்த இரண்டாவது நிமிடம் உறங்கிவிடும் அவளுக்கு இன்றைய அவஸ்தை விசித்திரமாக இருந்தது.

திடீரென்று அவள் மனதில் ஜீவா அவளைச் சேர்த்தணைத்து, கன்னத்தில் முத்தமிடுவது போல ஒரு கற்பனை தோன்ற, சட்டென்று எழுந்து அமர்ந்துகொண்டாள். எழுந்து சமையலறை சென்று பானையிலிருந்து இரண்டு டம்ளர் தண்ணீர் குடித்துவிட்டு வந்து மீண்டும் படுத்துக் கொண்டாள்.

தூரத்தில் ஏதோ ஒரு கல்யாண வீட்டில் வைக்கப்பட்டிருந்த லவுட் ஸ்பீக்கர் காற்றில் சன்னமாக அந்தப் பாடலைக் கரைத்து அனுப்ப, இங்கே ஜன்னல் வழியாக மெதுவாக ஒலித்தது.

'அம்மாடி ...! இதுதான் காதலா?' "ச்சீ!" என்று வாய்விட்டுச் சொன்ன ராஜாத்தி போர்வையைத் தலைவரை இழுத்துப் போர்த்திக்கொண்டு வலுக்கட்டாயமாக உறங்க முயற்சித்தாள்.

காலையில் எழுந்ததும் வீட்டின் பின்பக்கம் பல் தேய்த்துக் கொண்டிருந்த கணேசனுக்கருகில் துவைக்கும் கல்லில் சூடான காபியைக் கொண்டு வந்து வைத்துவிட்டு, கவிழ்த்திருந்த கூடையை எடுத்து கோழிக் குஞ்சுகளை மேயவிட்டாள் ராஜாத்தி.

துவைத்த துணிகளை ஒவ்வொன்றாக உதறி கொடியில் காயப் போட்டுக்கொண்டே கேட்டாள், "அப்பா, அவருக்கு பணம் அனுப்பணும்னு சொல்லிட்டிருந்தீங்களே, அனுப்பிட்டீங்களா?"

"யாருக்கும்மா?"

"அதான், மாயவரத்துக்காரரு! நம்ம வீட்டுக்கு வந்து சேதி சொல்லி, நகை ஒப்படைச்சுட்டுப் போகலை, அவரைத்தான் சொல்றேன்."

"ஜீவா தம்பிதானே? அனுப்பணும்னு இருந்தேன். அதுக்குள்ள வேற ஒரு செலவு வந்துடுச்சி."

"சமயத்துக்கு உதவினவங்களுக்கு உடனே அனுப்பறதில்லையா?"

"அனுப்பணும்மா. அதான் முறை. என் சட்டைப் பாக்கெட்ல அந்தத் தம்பியோட விலாசமும், எவ்வளவு அனுப்பணும்னு தொகையும் குறிச்சிவச்சேன். எடுத்து வச்சிக்க. பட்டறைக்குப் புறப்படறதுக்கு முன்னாடி பணம் கொடுத்துட்டுப் போறேன். போஸ்ட் ஆபீஸ் போய் நீயே மணியார்டர் பண்ணிடு. என்ன?"

"சரிப்பா."

"தாமதமாய்டுச்சி, மன்னிச்சுக்கங்கன்னு நான் எழுதற மாதிரி மணியார்டர்ல ஒரு வரி எழுதிடு. அதான் மரியாதை. ரொம்ப கண்ணியமான புள்ளை. என்ன ஒரு அடக்கம், மரியாதை! பக்கத்துவீட்ல யார் இருக்காங்கன்னு கூட தெரிஞ்சுக்க விரும்பாத காலத்துல முன்னே பின்னே தெரியாதவங்களுக்கும் உபகாரம் பண்ற குணம் எல்லாருக்கும் வந்துடாதும்மா. அந்தக் குணத்தாலயே அவன் நல்லா வாழ்வான். தனக்கு படிப்புக்கு தகுந்த உத்தியோகம் இல்லைன்னு ரொம்ப குறைபட்டு பேசிச்சு அந்த தம்பி. நீ வேணும்னா பாரேன், அந்தப் பையன் ஓகோன்னு வரும்" என்று அவர் சொல்ல...

ராஜாத்திக்கு மிகவும் சந்தோஷமாக இருந்தது.

அப்பா குளித்து, உடுத்தி, சாமி கும்பிட்டு, சிற்றுண்டி முடித்து பட்டறை சாவிக் கொத்தை எடுத்து மடியில் வைத்துக்கொண்டு, சொன்னபடி பணம் கொடுத்துவிட்டுப் புறப்பட்டுப் போனார்.

ராஜாத்தி சமையல் வேலைகளை முடித்துவிட்டு தபாலாபீஸ் புறப்பட எத்தனித்தபோது, "என்ன ராஜாத்தி, சமையல் முடிஞ்சுதா?" என்று கேட்டுக் கொண்டே உள்ளே வந்தான் மருது. வேட்டி கட்டி, வெள்ளை ஜிப்பா போட்டிருந்தான். உதடுகள் சற்றுமுன் போட்டுத் துப்பின வெற்றிலையில் சிவந்திருந்தன. ஜிப்பாவின் மார்புப் பகுதியில் வெற்றிலைச் சாறு சொட்டின கறைப் புள்ளிகள் இருந்தன.

“முடிஞ்சது. கொஞ்சம் முன்னாடி வந்திருக்கக் கூடாதா மாமா?”

“ஏன்?”

“அப்பா புறப்பட்டுப் போய்ட்டார்.”

“அப்பாவைப் பார்க்கத்தான் வரணுமா?”

“என்னைப் பார்க்க வரணுமின்னா ஒரே காரணம் தான் இருக்கும்.”

“என்ன அது?”

“உங்க நாடக கதாநாயகி சொல்லாம, கொள்ளாம வெளியூர் போயிருப்பா. அர்ஜெண்டா ஆள் தேவைன்னதும் என் ஞாபகம் வந்திருக்கும். அப்படித்தானே?”

மருது நாற்காலியின் மேல் பகுதியை தான் கொண்டு வந்திருந்த செய்தித்தாளால் லேசாகத் தட்டிவிட்டு, அமர்ந்தான்.

“அதான் இல்லை. இன்னைக்குப் புறப்பட்டு திருச்சி போறேன். கைத்தறி கண்காட்சில மூணு நாள் தொடர்ச்சியா புக் பண்ணியிருக்காங்க. போய்ட்டு வர்றேன்னு சொல்றதுக்கு வந்தேன்.”

“இதென்ன மாமா புதுப் பழக்கமா இருக்கு?”

“இல்லை, வந்து... அன்னிக்குச் சொன்னியா, விளையாட்டாதான் சொன்னே. ஆனாலும் சுருக்குன்னு பட்டுச்சி. அதான் என்ன நிறத்துல வாங்கினா உனக்குப் பிடிக்கும்னு கேட்டுக்கிட்டுப் போகலாம்னு...”

“எதுவும் புரியலை. என்ன சொல்லி சுருக்குன்னு தச்சுது மாமா?”

“புது தாவணியான்னு கேட்டேன். இல்லை, மாமா வாங்கிக் கொடுத்ததுன்னு சொன்னே. அதென்னமோ தோணலை இந்த மரமண்டைக்கு.”

“சும்மா ஒரு பேச்சுக்குச் சொன்னேன் மாமா.”

"பேச்சுக்குதான். ஆனா அதிலயும் ஒரு நியாயம் இருக்குதில்லையா? மாமான்னு சொல்லிட்டுத் திரிஞ்சாப்போதுமா? எதாச்சும் அப்பப்ப வாங்கித் தர வேணாமா? அதான் இந்தத் தடவை திருச்சிலேர்ந்து பாவாடை, தாவணி வாங்கிட்டு வரலாம்னு நினைச்சேன். நான் பாட்டுக்கு எதாச்சும் ஒண்ணு வாங்கிட்டு வந்து, உனக்குப் பிடிக்காமப் போச்சின்னா என்ன பண்றது? சொல்லு ராஜாத்தி, என்ன நிறத்தில் வாங்கட்டும்?" என்றான் மருது.

"விளையாட்டுக்குச் சொன்னதை இவ்வளவு தூரம் பெரிசா எடுத்துக்கணுமா? எனக்கு எதுவும் துணி வேணாம் மாமா. ஏகப்பட்டது இருக்கு. வேணுங்கறப்ப நானே சொல்றேன்."

"அந்தக் கதையெல்லாம் வேணாம். உன் நிறத்துக்கு செவப்பு இல்லைன்னா ஊதா எடுப்பா இருக்கும். எது எடுக்கட்டும் சொல்லு?"

"சொன்னாக் கேளுங்க மாமா. அதெல்லாம் எதுவும் வேணாம். எதுக்கு வீண் செலவு?"

"கட்டிக்கப் போறவளுக்குத் துணி எடுத்துக்கொடுக்கறது வீண் செலவா?"

"இந்தக் கிண்டல்தானே வேணாங்கறது..."

"எது கிண்டல்?"

"கட்டிக்கிறேன் - கிட்டிக்கிறேன்னு - இதென்ன சும்மா அந்தப் பேச்சு?"

"முறைமாமன் நான் பேசாம வேற யார் பேசறதாம்?"

"எல்லாப் பொண்ணுங்களும் அவங்கவங்க மாமனைத்தான் கட்டிக்கணும்னு சட்டம் போட்டுட்டாங்களா, என்ன?" என்று சிரித்துக் கொண்டே கேட்ட ராஜாத்தி, "காபி போட்டுத் தரட்டுமா?" என்றாள்.

"என்னைக்குதான் வாய்விட்டு சொல்லியிருக்கே நீ? கடைக்காரனைக் கேட்டுக்கறேன். இந்த மாதிரி செவப்புத் தோலுப்

பொண்ணுக்கு எந்த நிறம் எடுப்பா இருக்கும்னு. வர்றேன். ஜோலியிருக்கு. வேன் பேசணும். பவுடர் வாங்கணும் அப்பாட்ட சொல்லிடு" மருது எழுந்து புறப்பட்டுச் சென்றான்.

ராஜாத்தி செருப்பணிந்து ஜீவாவின் விலாசத்துடன், பணத்துடன் வீட்டைப் பூட்டிக்கொண்டு தபாலாபீசிற்கு நடந்த போது...

எதிரே அந்தச் சிறிய வேனைப் பார்த்தாள். அது ஜீவாவுடைய பூச்சிக் கம்பெனி ஏஜெண்ட்டின் வேன்!

***

10

அத்தியாயம்

எதிரில் அந்த வேனைக் கண்டதும், மிகுந்த ஆர்வத்துடன் உள்ளே ஜீவா இருக்கிறானா? என்று தேடினாள் ராஜாத்தி.

வேனில் டிரைவர் மட்டுமே இருக்க... "ஸ்டாப்! ஸ்டாப்!" என்றாள்.

வேனை நிறுத்தின டிரைவர், "என்னம்மா?" என்றான்.

"எங்கே உங்க ஆபீசரு?"

"யாரு, ஜீவா சாரா?"

"ஆமாம்."

"அவரைப் பத்தி நீங்க ஏன் விசாரிக்கிறீங்க?"

"தெரிஞ்சவரு. என் வண்டி பள்ளத்துல இறங்கினப்ப இந்த வேன்லதான் என்னைக் கொண்டு போய்விட்டாரு. அப்ப சாராயம் குடிக்கப் போய்ட்ட மூர்த்தி நீங்கதானே?"

தன் பின்னந்தலையைச் சொறிந்து கொண்டே டிரைவர், "அந்தப் பொண்ணு நீங்கதானா? கோழியை அடிச்சிட்டு சண்டை போட்ட கதையைச் சொன்னாரு."

"அதெல்லாம் சரி, எங்கே அவரு?"

"பக்கத்தில சாம்பாரப்பாளையத்தில இருக்கார். நான் சாப்பாடு வாங்கிட்டு வரதுக்காக வந்தேன்."

"வாங்கியாச்சா?"

"இன்னும் இல்லை. ஹோட்டல் எந்தப் பக்கம் இருக்கும்மா?"

"கேரியர் இருக்கா?"

"இருக்கு."

"முதல்ல வண்டியை ஓரமா நிறுத்துங்க சொல்றேன்."

டிரைவர் வேனை ஓரமாக நிறுத்தினான்.

"அந்த கேரியரை எடுத்துக் கொடுங்க."

"ஹோட்டல் எங்க இருக்குன்னு சொன்னா போதும்மா. நான் போய் வாங்கிக்கறேன்."

"நீங்க கேரியரைக் கொடுங்க. எங்க வீட்டு சாப்பாட்டைத் தர்றேன். உதவி செஞ்சவங்களுக்கு இது கூட செய்யறதில்லையா?"

"சரிதான்" என்று தலையை ஆட்டிக் கொண்டே வேனுக்குள்ளிருந்து எவர்சில்வர் டிபன் கேரியரை எடுத்துக்கொடுத்தான்.

"வண்டிலயே இருங்க. நான் எடுத்து வச்சிக் கொண்டு வர்றேன்."

கேரியரை வாங்கிக்கொண்டு தன் வீட்டிற்கு விரைந்த ராஜாத்திக்கு இப்படி ஒரு சந்தர்ப்பம் அமைந்ததில் ஏக சந்தோஷமாக இருந்தது.

சாதம், மட்டன் குழம்பு, சிக்கன் துண்டு, மீன் வருவல், காய்கறி, தயிர் என்று எல்லா அடுக்குகளிலும் நிரப்பினாள். பின்புற தோட்டத்திலிருந்து வாழையிலை நறுக்கிக்கொண்டு வந்து சுருட்டினாள்.

ஒரு காகிதம் எடுத்து எழுதினாள்:

அன்புள்ள சார்,

நானே சமைத்தது. ருசியாய் இருந்தால், மனதுக்குள் பாராட்டுங்கள். நன்றாய் இல்லையென்றாலும் மனதிற்குள் திட்டிவிடுங்கள். உங்களுக்கு மணி ஆர்டர் செய்வதற்காக எடுத்து வைத்த பணத்தை இத்துடன் இணைத்துள்ளேன், தாமதமானதற்கு மன்னிக்கச் சொன்னார் என் அப்பா. அன்றைய காயம் ஆறி விட்டதா?

ராஜாத்தி.

கடிதத்தையும், பணத்தையும் ஒரு காகிதத்தில் வைத்து மடித்து, உப்பும், அப்பளமும் வைத்த மேல் அடுக்கிற்குள் வைத்தாள். கேரியரை மூடி, இலையுடன் புறப்பட்டு வேனுக்கு வந்தாள். தந்தாள்.

“உங்க சார்கிட்டே குடுத்துடுங்க.”

“வேற ஏதாவது சொல்லணுமா?”

“வேற... ஒண்ணுமில்லை. எங்க கோபுரப்பட்டில எதாச்சும் வேலை இருந்து வந்தா வீட்டுக்கு வரச் சொல்லுங்க. எங்கப்பா பார்க்கணும்னு சொல்லிட்டிருந்தார்.”

“ரைட்டு, புறப்படட்டுமா?”

“ஏண்ணே, நாளைக்கும் சாப்பாடு எடுக்க வருவிங்களா?”

“ம்கூம். நாளைக்கு வேற மாவட்டம் போறோம்.”

“சரி” என்றாள் ஏமாற்றத்துடன்.

வேன் புறப்பட்டுச் சென்றதும், வீடு திரும்பினாள். இரண்டே பேருக்குச் சமையல் செய்து வைத்திருந்ததில் எடுத்துக்கொடுத்ததால், மறுபடி சாதம் வடிக்கத் துவங்கினாள்.

***

மூர்த்தி வேனைக் கொண்டு வந்து நிறுத்தியதுமே, அந்த கிராமத்து பள்ளிக்கூடத்தில் கொடிக் கம்பம் இல்லாத, ஆனால் அதற்கான மேடையில் அமர்ந்திருந்த ஜீவா பரபரத்தான். "சீக்கிரம் வாப்பா, காலைல டிபன் கூட சாப்பிடலை. ரொம்பப் பசிக்குது."

உதவிப் பையன் சென்று டிரைவரிடமிருந்து இலைச் சுருளையும், கேரியரையும் வாங்கி வந்து ஜீவா எதிரில் வைத்தான். டிரைவர் காலையிலேயே தன் வீட்டிலிருந்து கொண்டு வந்திருந்த டிபன் பாக்சுடன் வந்து ஜீவாவுக்குச் சற்றுத் தள்ளி அமர்ந்தான்.

பையன் சென்று வேனிலிருந்த தண்ணீர் பாட்டிலை எடுத்து வந்தான்.

"எவ்வளவுப்பா சாப்பாடு இந்தப் பக்கமெல்லாம்?" கேட்டுக் கொண்டே ஜீவா இலையை விரித்து, அதன் மேல் தண்ணீர் தெளித்து துடைத்தான்.

"இலவசம்" என்றான் மூர்த்தி கிண்டலாக.

"இலவசமா? எதாவது கல்யாண வீட்ல நுழைஞ்சிட்டியா?"

"இல்லை சார், நீங்க வேறே. அந்தப் பொண்ணு பேரென்ன?"

"யாரு?"

"அதான் கோபுரப்பட்டி பொண்ணு! அன்னிக்கு நீங்க கூட வண்டில ஏத்திக்கிட்டுப் போய்..."

"ராஜாத்தி!" என்றான் ஜீவா ஆர்வமாக.

"அ... அதான். அந்தப் பொண்ணு என்னை வழில பார்த்துச்சி. அதுவா வந்து அறிமுகப்படுத்திக்கிட்டு நீங்க வரல்லையான்னு கேட்டுச்சி. சாப்பாடு வாங்க வந்தேன்னு சொன்னதும், கேரியரைக் கொடுங்கன்னு விடாப்பிடியா கேட்டு வாங்கி வீட்டுக்குப் போயி சாப்பாடு எடுத்துட்டு வந்துச்சி."

அவன் சொல்லச் சொல்ல ஜீவாவிற்குள் வெட்கம் கலந்த ஒருவித மகிழ்ச்சி மெல்லக் கலந்தது.

“சாருக்கு அந்தப் பொண்ணு மேல ஒரு கண்ணுபோல தெரியுது.”

“சேச்சே!” என்றான் அவசரமாக.

“கண்ணு எப்பவும் பொய் சொல்லாதுங்க சார். அந்தப் பொண்ணைப்பத்தி நான் சொல்ல ஆரம்பிச்சதுமே ரெண்டு கண்ணும் ஏக்கராக் கணக்கில விரிஞ்சுட்டுதே...”

“நீயா எதையாச்சும் கதைகட்டி விட்டுடாதேப்பா.”

“நான் கதைகட்டலை. கிராமத்து சமாச்சாரம். கொஞ்சம் ஜாக்கிரதையா நடந்துக்கங்க. அவ்வளவுதான் நான் சொல்வேன்.”

“இதென்னப்பா வம்பா இருக்கு? இப்ப நான் என்ன செஞ்சிட்டேன்?”

“நீங்க எதுவும் செய்யலை சார். ஏதோ ஒரு நினைப்பு அந்தப் பொண்ணு மேல விழுந்திருக்கு. அதை மறைக்க முடியாது. நீங்க இல்லைன்னு சொன்னாலும்... அங்கே அந்தப் பொண்ணுக்கு உங்க மேல ஒரு மாதிரி அபிப்ராயம் விழுந்தாச்சு! பேசற விதத்திலேயே தெரியுது. சேதி சொல்லிவிட்ட தோரணையிலேயே புரியுது” என்றான் மூர்த்தி.

“என்ன சேதி சொல்லிவிட்டுச்சி அந்தப் பொண்ணு?”

“கோபுரப்பட்டிக்கு வேற எதாச்சும் வேலையா வந்தா வீட்டுக்கு வரணுமாம். அவங்கப்பா உங்களைப் பார்க்கணும்னு சொல்லிட்டிருந்தாராம்.”

“எதுக்கு?”

“என்ன சார் புரியாத மாதிரி பேசறீங்க? அப்பா பார்க்கணும்னு சொன்னது பொய்! அவ்விடத்துல மறுபடி பார்க்கணும், பேசணும்னு ஆசை. நேரா கூப்புட முடியுமா?”

“நீ ரொம்ப ஓவராப் போறே மூர்த்தி”

“சொன்னதைத்தான் சொன்னேன். சொன்னதை வச்சி நான் புரிஞ்சுகிட்டதைச் சொன்னேன். சாப்டுங்க. நமக்குள்ள தர்க்கம் எதுக்கு? மொதல்ல வவுத்தை நிரப்புங்க. அப்புறம் பேசலாம்.”

ஜீவா தன் கேரியரைத் திறந்தான். முதல் அடுக்கில் இருந்த பொட்டலம் பிரித்து பணத்தை எடுத்து, கடிதத்தைப் படித்துப் பார்த்தான்.

“ஓகோ. கடுதாசி வேறயா?” என்றான் மூர்த்தி.

“சாதாரண கடுதாசிய்யா...”

“வேற எதிர்பார்த்தீங்களோ?”

“எதைச் சொன்னாலும் எடக்கு!” சொல்லிக் கொண்டே அடுத்த அடுக்கைத் திறந்தவன், உடனே கேரியரைச் சற்றுத் தள்ளிவைத்தான். மூக்கைச் சுளித்துக்கொண்டு, “அட! என்னய்யா இது, இந்த அயிட்டமெல்லாம் வந்திருக்கு” என்றான் அசைவ வகைகளைக் காட்டி.

“அடடா! நீங்க சுத்த சைவமில்லே? எனக்கு அது மறந்தே போச்சு சார்! அந்தப் பொண்ணுகிட்டே நான் எதுவுமே கேட்டுக்காம விட்டுட்டேனே!”

“என்னய்யா இது? கேக்க வேணாம்? சாப்பாடு தர்றேன்னு சொல்றீங்களே. சைவமா, அசைவமான்னு கேக்க வேணாம்?”

“நல்லா இருக்கே கதை! தானம் கொடுத்த மாட்டை பல்லைப் பிடிச்சிப் பார்ப்பாங்களா? செலவில்லாம சாப்பாடு கிடைக்குதேங்கற நினைப்புல இதைக் கேக்கணும்னு தோணவே இல்லை சார். நீங்க சுத்த சைவம்ங்கறதும் மறந்தே போச்சு. இப்ப என்ன செய்றது?”

“நீ அசைவம் சாப்பிடுவேயில்லே, நீ சாப்பிடு. உன் டிபன் பாக்ஸ்ல என்ன, தயிர் சாதம்தானே? கொண்டா அதை நான் சாப்பிடறேன்.”

“பாவம் அந்தப் பொண்ணு. நீங்க, தான் சமைச்சதை சாப்பிடணும்னு ரொம்ப ஆசையாக் கொடுத்தனுப்பிச்சது. கொடுத்து வைக்கலை.”

கேரியரை டிரைவர் எடுத்துக்கொண்டு, தன் டிபன் பாக்ஸை அவனிடம் தந்துவிட்டு, “இது ஒத்துவருமா சார்?” என்றான்.

“எது?”

“இந்தக் காதல்தான்.”

“என்னது? காதலா? விட்டா கல்யாணம் வரைக்குமே போய்டுவே போலிருக்கே.”

“லேசுல ஒத்துக்க மாட்டிங்களே. சாப்பாடு விஷயத்துல ஒத்துவரலைன்னா அது பெரிய பிரச்சனை சார். மறந்துடுங்க. அப்படி எதாச்சும் நான் சொன்ன மாதிரி அபிப்ராயம் இருந்தா இப்பவே மறந்துடுங்க.”

“ஒரு பேச்சுக்கு கேக்கறேன். சாப்பாட்டு விஷயத்துல மாறுபடறதால வாழ்க்கைல பிரச்சனை வந்துடுமா? யாராச்சும் ஒருத்தர் விட்டுக்கொடுத்தாப் போதும். எந்தப் பிரச்சனையையும் சமாளிக்கலாம்.”

“அப்படின்னா அந்தப் பொண்ணு மேல நான் சொன்ன மாதிரி ஒரு அபிப்ராயம் இருக்குன்னு சொல்றீங்க...?”

ஜீவா மௌனமாய்ப் புன்னகைத்தான். பிறகு மெதுவாகச் சொன்னான். “ஏன், அதென்ன தப்பா? அந்தப் பொண்ணைக் கல்யாணம் செய்துக்கலாம்னு எனக்குள்ளே ஒரு ஆசை ஏற்பட்டிருக்குதான். போதுமா?”

***

11

அத்தியாயம்

"உக்காருப்பா" என்றார் வெற்றிலை, சீவல் போட்டிருந்த ஏஜன்சி மேனேஜர் வானத்தைப் பார்த்து வாயை வைத்துக்கொண்டு.

எதிர் நாற்காலியில் அமர்ந்தான் ஜீவா.

மேஜையின் கண்ணாடிக்கடியில் பிள்ளையார்பட்டி பிள்ளையார் தங்கக் கவசமணிந்திருந்தார். பேப்பரில் வெளியிடப்பட்டிருந்த ரயில் நேரம் கத்தரித்து செருகப்பட்டிருந்தது. அப்புறம் ஏதோ ஒரு வாழ்த்து அட்டையிலிருந்து கத்தரிக்கப்பட்ட சூரியகாந்திப் பூ.

சுவர் முழுக்க பூச்சி மருந்து கம்பெனி அனுப்பி வைத்திருந்த விளக்க போஸ்ட்டர்களும், காலண்டர்களும் சுவரின் நிறமே தெரியாத அளவுக்கு ஆக்ரமித்திருந்தன.

மேனேஜர் அணிந்திருந்த மூக்குக் கண்ணாடியில் மின்விசிறியின் சுழற்சி பிம்பங்கள் அசைய பேசினார். "நேத்து முதலாளி கூட ஒரு யோசனை பேசினேன். சரின்னுட்டார்."

"என்ன யோசனை சார்?"

"வேனை எடுத்துக்கிட்டு கிராமம் கிராமமாப் போய் விளக்கம் சொல்லிட்டு வர்றதை விட... சில

சமுதாய சங்கங்கள் ஒரு கிராமத்தை தத்து மாதிரி எடுத்துக்கிட்டு அதோட வளர்ச்சிக்காக உழைக்கிறாங்களே... அந்த மாதிரி நாமும் செய்யலாமேன்னு பட்டுச்சி."

"எப்படி சார்?"

"ஒரு கிராமத்தை தேர்ந்தெடுத்துக்க வேண்டியது. அங்கே ஒரு வாரம் தங்கிட வேண்டியது. அந்தக் கிராமத்தில் எத்தனை விவசாயிங்க உண்டோ, அத்தனை பேரையும் ஒருத்தர் விடாமப் பார்த்து நம்ம மருந்து பத்தி சொல்றது, வினியோகிக்கறது. அதோட விளைவு எப்படி இருக்குன்னு ரெண்டு நாள் கழிச்சி நேரடியாப் போய்ப் பார்க்கிறது... இப்படிச் செஞ்சா என்ன?"

"நல்ல யோசனைதான் சார்."

"நம்ம தாலுக்காலே ஒரு கிராமம் சொல்லேன். நீதான் பல ஊருக்குப்போய்ட்டு வர்றே. எந்த கிராமத்தை அப்படித் தத்தெடுத்துச் செய்யலாம்?"

ஜீவாவிற்கு உடனே நினைவுக்கு வந்தது கோபுரப்பட்டிதான்.

"கோபுரப்பட்டியை எடுத்துக்கலாமா சார்?"

"வேலை செய்யப் போறது நீ. தோது உனக்குத்தான் புரியும். நீ சொன்னா சரிதான். அப்போ கோபுரப்பட்டில் ஒரு வாரம் தங்கிடறியா?"

"சரி சார்" என்றான் உற்சாகமாய்.

"தங்கறது, சாப்பிடறது எல்லாம் அங்கே போய் ஏற்பாடு பண்ணிக்கிறியா?"

"அதெல்லாம் நான் பார்த்துக்கறேன்."

"நாளைக்குப் புறப்படு. ஒரு வாரத்துக்கு வர்ற மாதிரி ஸ்டாக் எடுத்து வச்சிக்கிட்டுப் போ."

"சரி சார்" என்றான் ஜீவா. அலுவலகத்தை விட்டு வெளியேறி மயிலாடுதுறையின் பரபரப்பான சாலையில் மெதுவாக நடக்கத் துவங்கினான்.

திடீரென்று தன் மனசு எடையற்றதாகி பலூன் மிதப்பது போல இருந்தது. வாய் விட்டுச் சத்தமாக சிரிக்க வேண்டும் போலிருந்தது.

கோபுரப்பட்டி என்று ஏன் சொன்னேன்? ராஜாத்தி! உண்மை. அதுதான் உண்மை. அவளைப் பார்க்கவேண்டும் என்று கூண்டுக்குள் சிறகடிக்கும் பறவைபோல என் நெஞ்சம் அடித்துக் கொள்வது நிஜம்.

இதே நகரத்தில் வேலைக்குப் போகிற கல்லூரிக்குப் போகிற எத்தனை எத்தனை இளம் பெண்களை தினசரி பார்க்கிறேன்... அப்போதெல்லாம் அவர்களில் சிலரைப் பார்க்கும்போது, ‘அட! இவள் எவ்வளவு அழகாக இருக்கிறாள்’ என்று தோன்றும். மற்றொரு முறை திருப்பிப் பார்த்துவிட்டு நடப்பேன்.

ராஜாத்தி விஷயத்திலும் அதேபோல ‘அழகாக இருக்கிறாளே’ என்று வியந்துவிட்டுப் போக வேண்டியது தானே? அதை மீறி என் மனதில் எப்படி ஆழமாகப் பதிந்தாள்? மிகக் குறைவான சந்திப்புகள்தான். மிகக் குறைவான பேச்சுக்கள்தான். ஒரு சில அர்த்தமுள்ள மௌனங்கள், இவற்றிலேயே என்னை எப்படிக் கவர்ந்தாள்?

‘அவளைத் திருமணம் செய்து கொண்டால் என்ன?’ என்று யோசிக்கும் அளவிற்குப் பெரிதாகப் பாதிப்பை என்னுள் ஏற்படுத்திவிட்டாள்.

ஆசை என்னும் தேர் தன் இடத்தை விட்டு உருளத் துவங்கிவிட்டது. இனி தொடர்ந்து அது உருண்டு நிலைக்கு வந்தாக வேண்டும்.

நிலைக்கு வருதல் என்பது என்ன? திருமணமா?

அட! என்ன நான்... திருமணம் திருமணம், என்று மிகத் தீவிரமாக நினைக்கத் துவங்கிவிட்டேன்? கைகளும், தாலியும் சம்மதித்தால் போதுமா? அதைச் சுமக்கத் தயாரென்று கழுத்து சம்மதம் சொல்ல வேண்டாமா?

என்னைப் போலவே அவளுக்கும் எண்ணம் இருக்கிறதா என்று தெரியவில்லையே. சிரித்துப் பேசியதாலும், உரிமையோடு சாப்பாடு அனுப்பியதாலும்... சம்மதம் என்று நான் அர்த்தமெடுத்துக்கொள்ள முடியுமா?

நான் செய்த உதவிக்கான பதிலுதவியாகக்கூட இருக்கலாம். 'ச்சே!' அப்படி இருக்காது. இருக்கக் கூடாது.

என் எண்ணத்தைச் சொல்லியாக வேண்டும். அவள் எண்ணத்தைத் தெரிந்துகொள்ள வேண்டும். எப்போது? நாளையா? எப்படித் துவங்குவது?

"சார், நாலு கர்ச்சீப் அஞ்சி ரூபா சார்! வாங்கிட்டுப் போங்க."

பிளாட்பார ஓரத்தில் பெட்ரோமாக்ஸ் வெளிச்சத்தில் ரகம் ரகமாகக் கைக்குட்டைகளைக் குவித்து வைத்திருந்தவளின் குரலில் நடந்து கொண்டிருந்த ஜீவாவின் நடை தடைப்பட்டது.

ராஜாத்தி தன்னுடைய காயத்திற்கு அவளுடைய கைக்குட்டையால் கட்டுபோட்டது நினைவு வந்தது. அது ரத்தக் கறையானது, துவைத்தும் கறை போகவில்லை. அதற்குப் பதிலாக நல்லதொரு கைக்குட்டை வாங்கிக்கொடுத்தால் என்ன?

ஜீவா நான்கு ரூபாய்க்கு விலை உயர்ந்த ஒரு வெள்ளை கர்ச்சீப் வாங்கிக்கொண்டு நடந்தவன் மீண்டும் நின்றான்.

அந்த டைலர் கடையில், 'இவ்விடம் எம்பிராய்டரி செய்து தரப்படும்' என்று போர்டு இருந்தது. புன்னகைத்துக் கொண்டே அந்தக் கடைக்குள் நுழைந்தான் ஜீவா.

***

அப்பா தச்சுப் பட்டரைக்குப் புறப்பட்டுப் போன பிறகு ராஜாத்தி மளமளவென்று சமையல் வேலைகளைத் துவங்கினாள். சாம்பார், ரசம் வைத்து இறக்கிவிட்டு, அரிசி களைந்து, தண்ணீர் ஊற்றி அடுப்பில் வைத்தாள்.

குளித்து விட்டு வந்ததிலிருந்து வேலைகள் தொடர்ச்சியாக இருந்ததால், பொட்டு வைத்து, தலை பின்னிக்கொள்ள இப்போதுதான் நேரம் ஒழிந்தது.

கண்ணாடியையும், எவர்சில்வர் பொட்டுப் பெட்டியையும் எடுத்துத் தரையில் வைத்துக்கொண்டு அமர்ந்தாள். லேசாக எண்ணெய் தேய்த்துக் கொண்டு தலை வாரி பின்னலிட்டுக் கொண்ட பிறகு, மஞ்சள் பூசிய முகத்தில் ரோஸ் நிறப் பவுடரை ஒற்றிக் கொண்டு, வட்ட ஸ்டிக்கர் பொட்டை எடுத்து நெற்றியின் நடு மத்தியில் ஒட்டிக்கொள்ளச் சென்ற போது...

"வீட்ல அப்பா இல்லையா?" குரல் கேட்டு நிமிர்ந்தவளுக்கு இன்ப அதிர்ச்சி!

வாசலில் சிரித்த முகத்துடன் நின்று கொண்டிருந்தான் ஜீவா.

"வாங்க, உள்ளே வாங்க" என்று பரபரப்பாய் மடக்கு நாற்காலியை எடுத்து வந்து விரித்துப் போட்டாள். கண்ணாடி, பொட்டு டப்பாவை சேகரித்து உள்ளே சென்று வைத்துவிட்டு வந்தாள்.

"அவசரமில்லை, நீங்க உங்க மேக்கப்பை முடிச்சிக்கிட்டே வாங்க."

ராஜாத்தி வெட்கம் மேலிட சுவரோரமாய் சாய்ந்து நின்றுகொண்டு கீழுதட்டைக் கடித்துக் கொண்டு தலைகுனிந்தாள்.

"நெத்தில பொட்டில்லாம இருக்கறது நல்லா இல்லைங்க. அதனால சொன்னேன்" என்றான் ஜீவா.

சட்டென்று அவள் கை, நெற்றியைத் தொட்டுப் பார்த்துக்கொண்டது. "வச்சிட்டேனே" என்று நடந்து தரையில் தேடினாள்.

"விழுந்துடிச்சி போலிருக்கு"

"வந்து... உங்க தாவணியில ஒட்டிக்கிட்டிருக்கு பாருங்க..."

குனிந்து பார்த்து தாவணி மடிப்பில் விழுந்திருந்த பொட்டை எடுத்து நெற்றியில் ஒட்டிக் கொண்டவளுக்கு அது ஒட்டிக்கொண்டிருந்த இடம் ஏகமாய் வெட்கத்தை ஏற்படுத்திவிட, கன்னங்களில் செம்மை பரவியது.

“அப்பா என்னைப் பார்க்கணும்னு வரச் சொன்னதா வேன் டிரைவர்கிட்டே சொல்லி அனுப்பிச்சிங்களாம் நீங்க. அதான் வந்தேன்.”

ராஜாத்தி குறும்புடன் தரையைப் பார்த்துக்கொண்டே, “அப்பாவைப் பார்க்கத்தான் வந்தீங்களா?” என்றாள்.

சில வினாடிகள் மௌனம் சாதித்த ஜீவா, “பாதிதாங்க உண்மை. அப்படியே உங்களையும் பார்க்கணும்னுதான் வந்தேன்” என்றான்.

“எதுக்கு?”

“வாங்கினதைத் திருப்பிக் கொடுக்கத்தான். அன்னைக்கு என் காயத்துக்கு நீங்க கட்டிவிட்ட உங்க கைக்குட்டை கறையாகிப் போச்சு. அதனால புதுசா ஒண்ணு வாங்கிட்டு வந்தேன். இதை நீங்க மறுக்காம வாங்கிக்கணும்” என்ற ஜீவா ஒரு செய்தித்தாளில் சுற்றின சிறிய பார்சலை அவளிடம் நீட்டினான்.

மௌனமாக அதைப் பெற்றுக்கொண்டாள் ராஜாத்தி.

“இதை தயவுசெஞ்சி நான் போனதும் பிரிச்சிப் பாருங்க. இப்ப வேணாம். அப்புறம்... நான் உங்க கோபுரப்பட்டில இன்னையிலேர்ந்து ஒரு 1 வாரம் தங்கறேன். உங்க ஊர் பள்ளிக்கூடத்திலதான் தங்க அனுமதி வாங்கிருக்கேன். சாயங்காலம் ஆறு மணிக்கெல்லாம் எனக்கு வேலை முடிஞ்சுடும்.” என்றவன் அதற்குமேல் தொடரத் தயங்கினான்.

“தினம் சாப்பாடு எங்க வீட்லேர்ந்து அனுப்பிச்சிடறேன்” என்றாள்.

“இல்லை, வேணாங்க. அது சரியா வராது.”

“ஏன்? - நான் அனுப்பிச்ச சாப்பாடு நல்லா இல்லையா?”

“அதை என் வேன் டிரைவரைத்தான் கேக்கணும்.”

விளங்காமல் அவன் முகத்தைப் பார்த்தாள் ராஜாத்தி.

“நீங்க மெனக்கட்டு அன்போட அனுப்பி வச்சதுக்கு சந்தோஷம். ஆனா நான் சுத்த சைவங்க. அதனால அந்த சாப்பாட்டை டிரைவர்தான் சாப்பிட்டார்.”

“அச்சச்சோ!” என்று தன் விரலைக் கடித்துக்கொண்டு, “அவரு சொல்லவே இல்லையே - சரி, பரவால்லை. போய்ட்டுப் போகுது. இன்னைக்கு அனுப்புங்க. சைவ சாப்பாடு அனுப்பறேன்.”

“அப்பா வந்தா நான் வந்துட்டுப் போனேன்னு சொல்லுங்க. எப்ப வந்தா அவர் இருப்பாருங்க?”

“ராத்திரி ஏழு மணிக்கு மேலதான் பட்டறைலேர்ந்து வருவார். வந்து... உங்களை வந்து பார்க்கச் சொல்லி அவர் எதுவும் சொல்லலை. நானாதான் சொன்னேன்” என்றாள் ராஜாத்தி.

மெதுவாக அவள் அருகில் வந்த ஜீவா, “நினைச்சேன். ராஜாத்தி, நான் உங்ககிட்டே ஒரு விஷயம் பேசணும். இப்ப வேணாம். முடிஞ்சா நாளைக்கு இதே நேரம் வர்றேன். இன்னொரு விஷயம்... கைக்குட்டையைப் பிரிச்சிப் பார்த்துட்டு என்மேல தயவுசெஞ்சி கோபப்பட்டுடாதீங்க. வர்றேன்.” என்றான்; வெளியேறினான்.

ராஜாத்தி ஆர்வம் தாங்காமல் அந்தச் செய்தித்தாள் பண்டலைப் பிரித்தாள். உள்ளே ஒரு அழகான வெள்ளை கைக்குட்டை இருந்தது.

அதைப் பிரித்தபோது, அதன் உள் மடிப்பிலிருந்து ஒரு ஒற்றை ரோஜா நழுவி அவள் மடியில் விழுந்தது. கைக்குட்டையில், ஓர் ஓரத்தில் கலர், கலர் நூலால் பூ வேலைப்பாடான எழுத்துக்களில், ‘ராஜாத்தி – ஜீவா’ என்று அருகருகில் எழுதப்பட்டிருந்தன.

அவளையறியாமல் கைக்குட்டை ஏந்திய கை ‘ஜீவா’ என்ற பெயரை அவள் உதடுகளுக்குக் கொண்டு சென்றது.

***

12

அத்தியாயம்

அந்தப் பள்ளிக்கூடத்தில் மொத்தம் நான்கே அறைகள். அறைகள் என்றுகூட சொல்வது தவறு. தடுப்புகள். ஒரே நீளமான சிமெண்ட் தளம்போட்ட கூடத்திற்கு நடுவில், மூன்று மரத் தடுப்புகளை நிறுத்தி வைத்திருந்தார்கள். ஒரு ஓரத்தில் ஒரு மேஜை, அதனருகில் ஒரு மர அலமாரி. அதுதான் தலைமை ஆசிரியரின் தனிப் பகுதி.

அந்தப் பள்ளிக்கூடத்தில்தான் ஜீவாவைத் தங்கிக்கொள்ளச் சொல்லி பஞ்சாயத்து போர்டு பிரசிடெண்ட் அனுமதித்திருந்தார். அதே பள்ளியில் நடராஜன் என்கிற வாத்தியாரும் தங்கியிருந்தார்.

அந்த வாத்தியார், காதுக்குள்ளும், கழுத்திலும் திப்பி திப்பியாய் பவுடர் அடித்துக்கொண்டு, சினிமாவுக்குப் போய்விட்டு வருவதாக இவனிடம் சொல்லிவிட்டு, தன்னுடைய தகர ட்ரங்குப் பெட்டிக்குப் போட்டிருந்த கொட்டைப் பாக்கு சைஸ் பூட்டை நாலு தரம் இழுத்துப் பார்த்துவிட்டு புறப்பட்டுச் சென்றதும் ஜீவாவுக்குப் போரடித்தது.

மணி பார்த்தான். ஆறரையாகியிருந்தது. மேற்கே சூரியன் ஒரு பெரிய போராட்டத்திற்குப்

பிறகு தலைமறைவாகிக் கொண்டிருக்க, தவளைகள் சுருதி சரி பார்த்துக்கொண்டன.

பூச்சி மருந்து டப்பாக்கள் இருப்பு தீர்ந்து போயிருந்ததால், வேன் மயிலாடுதுறைக்குச் சென்றிருந்தது.

கறுப்பு போர்டில் ஐந்து போட்டு கூட்டல் குறி போட்டு மூன்று போட்டு, கூடுதல் தொகை எட்டு என்று எழுதியிருப்பதை எவ்வளவு நேரம் பார்த்துக் கொண்டிருப்பது? ஆறரை மணி என்பது உறங்குவதற்கான நேரமும் இல்லை. இரண்டு தினங்களாக அந்த வாத்தியார் நடராஜன் சம்மணம் போட்டு அருகில் அமர்ந்து உலக அரசியல் இந்திய அரசியல் என்று ஏதோ ஒன்று பேசிக் கொண்டிருந்ததில் நேரம் போனதே தெரியவில்லை.

ஆனால் இன்று... தனிமை மிகவும் எரிச்சலை ஏற்படுத்தியது. 'புறப்பட்டு நேராய் ராஜாத்தி வீட்டிற்குச் சென்றால் என்ன?' என்று ஒரு எண்ணம் தோன்றியது.

இந்த நேரத்திலா? அவள் அப்பா இன்னும் தச்சுப் பட்டறையில் இருந்து திரும்பியிருக்கமாட்டார். அவள் தனியாக இருப்பாள். போகலாம்தான். ஆனால், தப்பு!

'எத்தனை சுலபமாய் அரும்பிவிட்டது இந்தக் காதல்!' என்று உள்ளுக்குள் ஒரு வியப்பு மேலிட்டது.

இரண்டு தினங்களுக்கு முன்பு தைரியமாக கைக்குட்டையில் அருகருகே பெயரெழுதி, பூ வைத்துக் கொடுத்துவிட்டு வந்த பிறகு ஏற்பட்ட பதைப்பு இருக்கிறதே!...

மதியம் டிரைவரை சாப்பாடு வாங்க அனுப்பி வைத்து, அந்த சாப்பாடு வரும்வரை காத்திருந்தபோது, ஏற்பட்ட அவஸ்தை ஒரு புதுவிதம். கடித்துக் கடித்து நகம் அத்தனையும் காலி.

டிரைவர் கொண்டு வந்த டிபன் கேரியரில் அடுக்குகளைப் பிரிக்கும்போது என் இதயம் அவளுடைய பதிலை எதிர்பார்த்து திடும், திடும் என்று எப்படி அதிர்ந்தது.

என் எதிர்பார்ப்பை ஏமாற்றாமல் கடைசி அடுக்கில் ஒரு துண்டுச் சீட்டு, அதில் ரத்தினச் சுருக்கமாய் ராஜாத்தி எழுதிய வரிகள்!

'இன்று போல என்றென்றும் நானே உங்களுக்கு, சமைத்துப் போட ஆசைப்படுகிறேன்!'

இதைவிட நாகரீகமாய் ஒரு பெண் தன் மனதை வெளிப்படுத்த முடியும்? விருப்பங்களை பரஸ்பரம் பரிமாறிக் கொண்டாயிற்று.

இனி அடுத்த கட்டம் என்ன?

ஜீவாவின் சிந்தனை 'ஜல், ஜல்' என்ற கொலுசுச் சத்தத்தில் கலைந்தது. அந்த கொலுசு சத்தம் கொஞ்சம் கொஞ்சமாக சமீபித்துக் கொண்டிருந்தது.

ஜீவா நாற்காலியைவிட்டு எழுந்து பள்ளிக்கூட வாசலைவிட்டு எழுந்து வெளியில் வந்து எட்டிப் பார்த்தான்.

இருட்டு மசமசப்பிலும், கையில் ஒரு அரிக்கேன் விளக்குடன், ஒரு பெண் வந்து கொண்டிருப்பது தெரிந்தது. கறுப்பு உருவமாகத்தான் அவளைப் பார்க்க முடிந்தது. அவள் நேராகப் பள்ளிக்கூடத்தை நோக்கியே வருவது தெரிந்தது. அவள் அருகில் வர, வர... ராஜாத்தியோ என்று சந்தேகப்பட்டு... பிறகு தன் சந்தேகத்தை உறுதியே செய்துகொண்டு விட்டான் ஜீவா.

"ராஜாத்தியா?"

அவள் மௌனமாக அவன் அருகில் வந்து நின்று, ஹரிக்கேன் விளக்கைத் தூக்கித் தன் முகத்தருகில் பிடித்துக் காட்டி மெதுவாகச் சிரித்தாள். "என்னை எதிர்பார்க்கலே இல்லையா?" என்றாள்.

"இந்த நேரத்தில எதிர்பார்க்கலை, அப்பா இன்னும் வரலையா?"

"வந்துட்டார்."

"அப்புறம் எப்படி வந்திங்க?"

"வந்திங்கவா? உங்க ஜாதில கட்டிக்கப்போற பொண்ணை வாங்க, போங்கன்னுதான் கூப்புடுவிங்களா?"

"சரி, எப்படி வந்தே?"

"எங்க வீட்ல இருந்த எட்டு ஆட்ல ஒரு ஆட்டைக் காணோம். அதைத் தேடிக்கிட்டு வந்தேன்."

"நிஜமாகவா?"

"இல்லை. இது அப்பாக்கிட்டே சொன்ன பொய்."

"திரும்பிப் போய் என்ன சொல்வே?"

"நான்தான் தப்பா எண்ணிப் பார்த்துட்டு அலைஞ்சேன்னு சொல்வேன்."

"பயங்கரமான ஆளா இருப்பே போலிருக்கே. ராஜாத்தி, உன் மனசுலயும் என்னைப் போலவே ஆசை இருக்கும்னு எதிர்பார்த்துதான் நான் முந்திக்கிட்டு என் விருப்பத்தை மறைமுகமாகச் சொன்னேன். ஆனா நீ நேரடியாகவே சொல்லிட்டே."

ராஜாத்தி மௌனமாக நின்றாள்.

"உள்ளே வாயேன். என்னோட இருக்கிற வாத்தியார் சினிமாவுக்குப் போய்ட்டார். நான் மட்டும்தான் இருக்கேன். உட்கார்ந்து பேசலாமே."

"ம்கூம். நான் போகணும்."

"சரி, பேசக்கூட வேணாம். ஒரே ஒரு நிமிஷம் வந்துட்டு உடனே போயேன்."

"ஏன்?"

"வெளிச்சத்துல உன்னைப் பார்க்கணும் மாதிரி இருக்கு."

"போங்க சார்!" என்றாள் வெட்கத்துடன் ராஜாத்தி.

"உங்க ஜாதில கட்டிக்கப் போற புருஷனை சார்ன்னு தான் சொல்விங்களா?"

"உங்களை நான் எப்படிக் கூப்புடறது?"

"ஜீவான்னு கூப்புடு."

"பேர் சொல்லியா?"

"சொல்றதுக்குத்தானே பேரு?"

"நான் மாட்டேன்."

"வேற எப்படிக் கூப்புடுவே?"

"என்னங்கன்னு கூப்புடறேன். அதுதான் பெரிய பிரச்சனையா?"

"வேற என்ன பிரச்சனை?"

"சொல்றேன். நாளைக்குச் சொல்றேன். நம்ம ரெண்டு பேர் ஆசையும் நிறைவேறணும்னு நான் சாமியை வேண்ட ஆரம்பிச்சிட்டேன். நீங்களும் வேண்டிக்கங்க."

"வேண்டிக்கலாம் ராஜாத்தி. என்னைப் பொறுத்தவரைக்கும் உன்னைக் கல்யாணம் செஞ்சுக்கிறதில என் பக்கத்திலேர்ந்து எந்த எதிர்ப்புமே இருக்காது. உன் பக்கத்தில?"

"இங்கேதான் எல்லா எதிர்ப்புமே இருக்கும். அதான் விபரமா நாளைக்குச் சொல்றேன்னு சொல்றேனே."

"நாளைக்கு எங்க வந்து, எப்படிச் சொல்வே?"

"அதோ ஒரு மாந்தோப்பு இருக்கே தெரியுதா?"

"ஆமாம்."

"மத்தியானம் உங்களுக்குச் சாப்பாடு எடுத்துட்டு அங்கே வர்றேன். பயப்படாதீங்க. சைவ சாப்பாடுதான்."

"உன் கையால ஊட்டி விடதான வர்றே."

"கொஞ்சம் இடம் கொடுத்தா மடத்தையே கேப்பிங்க போலிருக்கே?"

"வேற யார்கிட்ட போய்க் கேக்க முடியும் நான்?"

“பேசிக்கலாம். நான் வர்றேன், நேரமாச்சு” என்று அவசரமாகப் புறப்பட்ட ராஜாத்தியின் வலது கையைச் சட்டென்று பிடித்தான் ஜீவா.

கண்ணாடி வளையல்கள் சிணுங்க அந்தத் தொடலில் சிலிர்த்து திரும்பிப் பார்த்தாள் ராஜாத்தி.

அவள் கையை மெதுவாக உயர்த்தி, மென்மையாக தன் இதழ்களைப் புறங்கையில் ஒற்றி எடுத்த “ஜீவா, ராஜாத்தி, உன்மேல எனக்கு உள்ள ஆசையைச் சொல்றதுக்கு வார்த்தையே இல்லை.” என்றான்.

மௌனமாகத் தன் கையை அவனிடமிருந்து விடுவித்துக் கொண்ட ராஜாத்தி, வேகமாக நடந்து சென்றாள்.

அந்த கொலுசுச் சத்தம் காதில் தேயும் வரை, அந்த ஹரிக்கேன் விளக்கின் வெளிச்சப் புள்ளி கண்ணில் இருந்து மறையும் வரை, அவள் போன திக்கில் பார்த்துக்கொண்டே நின்றான் ஜீவா.

***

இரண்டு தினங்களுக்குப் பிறகு மினி லாரியில் வந்து தன் வீட்டில் இறங்கினான் மருது.

“பார்த்து கவனமா இறக்கி வைங்க. சரவணா, எல்லாம் சரியா இருக்கான்னு எண்ணிப் பார்த்து இறக்கிக்க” என்று உதவியாளனுக்குச் சொல்லிவிட்டு, தனது சூட்கேசுடன் வீட்டுக்குள் நுழைந்தான்.

லாரியில் இருந்து நாடகத்திற்கான செட் அமைப்புகள், திரைகள் முதலியவற்றை இறக்கி வீட்டிற்கு பக்கத்தில் இருக்கும் ஷெட்டுக்குள் கொண்டு சென்று வைக்கத் துவங்கினார்கள்.

மருது குளித்து, உடுத்தி தன் சூட்கேசைத் திறந்தான். ஜவுளிக் கடையின் பெயருடனிருந்த அந்த துணிப் பையை

எடுத்துக்கொண்டான். வாசலில் அமர்ந்திருந்த அப்பாவிடம் சொல்லிவிட்டு, தனது மோட்டார் பைக்கில் புறப்பட்டான்.

'நான் எடுத்துள்ள சிகப்பு கலர் பாவாடையும், தாவணியும் ராஜாத்திக்கு நிச்சயம் பிடிக்கும்.'

"அண்ணே!" பதைப்புடன் கைகாட்டி பைக்கை நிறுத்தின அவன், அவசரமாகத் தன் முண்டாசு துண்டை எடுத்து கக்கத்தில் வைத்துக்கொண்டு பதறினான்.

பைக்கை நிறுத்தி காலூன்றி, "என்ன பசுபதி, ஏன் இப்படி ஓடியாரே?"

"வந்து... வந்து... நம்ம மாந்தோப்புல உங்க மாமா பொண்ணு ராஜாத்தியும்..." அவனால் வார்த்தைகளை முடிக்க முடியவில்லை.

***

13

அத்தியாயம்

அந்த மாந்தோப்பில் மரங்கள் அருகருகே இருந்ததால், அவற்றின் கிளைகள் மேலுயர்ந்து, வளைந்து, ஒன்றையொன்று தொட்டுக்கொண்டதில் பந்தல் போட்டது போல, அங்கங்கே சின்னச் சின்ன இடைவெளிகளில் மட்டுமே நீல ஆகாயம் தெரிந்தது.

உதிர்ந்து சருகாய்ப் போன இலைகளின் மேல் ஓணான் ஒன்று சரசரவென்று ஓசை செய்து கொண்டு ஓடிய சப்தம் தவிர, காற்றில் இலைகள் ஒன்றோடு ஒன்று உரசும் மெல்லிய சப்தம் தவிர, சற்றுத் தள்ளி ஏதோ ஒரு வயலில் மோட்டார் பம்ப் செட் ஓடிக் கொண்டிருக்கும் சப்தம் தவிர, இடைவெளி விட்டு தன் முகம் காட்டாமல் குரலை மட்டும் எழுப்பிக் கொண்டிருக்கும் ஒரு குருவியின் சப்தம் தவிர மற்றபடி அமைதியாக இருந்தது.

அந்த விசாலமான மரத்தடியில் அமர்ந்து சாப்பிட்டுக் கொண்டிருந்தான் ஜீவா. அருகில் அமர்ந்து தன் முழங்கால்களைக் கட்டிக்கொண்டு அவன் சாப்பிடுவதையே பார்த்துக் கொண்டிருந்தாள் ராஜாத்தி.

"இது யாரோட தோப்பு ராஜாத்தி?" என்றான் ஜீவா.

"என் மாமன் மருதுன்னு சொன்னேனே, அவரோடது."

"நாடகம் எல்லாம் போடறவர்ன்னு சொன்னியே..."

"அவரேதான்."

"அவருக்கு கல்யாணமாய்டுச்சா?"

"ஏன்?"

"சும்மாதான் கேட்டேன்."

"இன்னும் ஆகலை. அதுக்கு என்னைக் கட்டிக்கணும்னு ஒரு நினைப்பு இருக்கு. வாய்க்கு வாய் நான்தான் உன்னைக் கட்டிக்கப் போறேன்னு சொல்லிக்கிட்டு இருப்பார்."

"அய்யய்யோ!"

"அவர் மட்டும் நினைச்சாப் போதுமா? கட்டிக்கப் போறவ நான், எனக்குன்னு ஒரு இஷ்டம் இல்லையா?"

"உனக்கு அவரைப் பிடிக்காதா?"

"பிடிக்கும். நல்ல மாதிரி குணம்தான். எல்லாரும் வயலு, தோப்புன்னு வருமானத்துக்கு வழி தேடறப்ப அவர் கைகாசு நட்டப்பட்டாலும் சரின்னு கதை எழுதி, நாடகம் போடறதில இறங்கினதே ஒரு அபூர்வமான விஷயம். அவரோட நாடகங்கள் எனக்குப் பிடிக்கும். புதுசா ஒரு நாடகம் எழுதினா அதை மொதல்ல என்கிட்டதான் படிச்சிக் காட்டுவாரு. எனக்கு தோணினதைச் சொல்வேன். சில சமயம் அவரோட நாடகத்துல நடிக்கிற பொண்ணு டிமிக்கி கொடுத்து காலை வாரிட்டா, என்னைக் கூப்புடுவாரு. நான் போய் நடிப்பேன்."

"அடிச்சக்கை! நீ நாடகம் எல்லாம் நடிப்பியா?"

"இந்த மாதிரி எப்பவாவது மாமாவுக்கு உதவணும்னு சூழ்நிலை வந்தா மட்டும்தான்."

"அவரோட நாடகம் பிடிக்கும். அவரைப் பிடிக்காதா?"

“பிடிக்காதுன்னு இல்லை. நமக்குப் பிடிச்சவங்களை எல்லாம் கல்யாணம் செய்துக்க முடியுமா? நமக்குப் புருஷன் எப்படி அமையணும்னு ஒவ்வொரு பொண்ணுக்கும் ஆசை இருக்காதா? முறை மாமன்கிறதாலயே கல்யாணம் செய்துக்க முடியுமா?”

“சரி, உன்னோட ஆசை என்ன? உன் புருஷன் எப்படி இருக்கணும்?”

“சுருக்கமா சொல்லட்டுமா?”

“சொல்லு.”

“உங்களை மாதிரி இருக்கணும்” என்று கூறிவிட்டு தலையைக் குனிந்துகொண்ட ராஜாத்தி, “அதென்னவோ சின்ன வயசிலேர்ந்தே என் மனசுல அப்படி ஒரு ஆசை எனக்கு.”

“ஆக, நல்லவனா இருக்கணும்னு அவசியமில்லையா?” என்று கண்ணடித்தான் ஜீவா.

“அதுவும் தான்.”

“உங்க மாமாவுக்கு நம்ம விஷயம் தெரிஞ்சா, ரொம்ப ஏமாற்றமா இருக்கும் அவருக்கு. இல்லையா?”

“அதுக்கென்ன செய்றது? நான் ஒரு தடவைகூட, தப்பித் தவறிகூட அவரைக் கட்டிக்கறதா சொன்னதில்லை. அவரா பேசிக்கிட்டு திரிவார். கொஞ்சம் வருத்தப்படுவார்தான். ஆனா நல்ல மாதிரி. உலகம் புரிஞ்சவர். நாடகம் எழுதறவர். அதனால என் மனசைப் புரிஞ்சுக்குவார்.”

“அப்படின்னா உங்கப்பாவை சம்மதிக்க வைக்கிறதுதான் பெரிய விஷயம் இல்லையா ராஜாத்தி?”

“ஆமாம். நேத்துத்தான் எங்கக்காவுக்கு நடந்ததெல்லாம் விபரமா சொன்னேனே. அந்த விஷயத்துல ரொம்ப நொந்து போய்ட்டார். சந்தையில், திருவிழால ரெண்டொரு தடவை பார்த்து ஆசைப்பட்டு வாய்விட்டும் சொல்லிட்டா எங்கக்கா. மூத்த பொண்ணுங்கறதால வீட்ல வர்ற புருஷன் படிச்சவரா, அழகா, நாகரிகமா, வேலைக்குப் போறவரா, டவுன்ல இருக்கறவரா

இருக்கணும்னு ஒரு தவிப்பு. அவளுக்கு ரொம்ப செல்லம். அப்பாவுக்கு அவ ஆசைப்பட்டதை நிறைவேத்தணும்ங்கறதில தீவிரம். பெரிசா விசாரிக்காம சட்டுபுட்டுன்னு கல்யாணம் செய்து கொடுத்துட்டார். கடைசில தனக்குத் தானே கொள்ளி வச்சிக்கிற நிலைமைக்கு கொண்டாந்து விட்டுட்டாங்க எங்கக்காவை."

ஜீவா சாப்பிட்டு முடித்த இலையைச் சுருட்டி எடுத்து தூரமாக வீசிவிட்டு, கை கழுவிக்கொண்டு தண்ணீர் குடித்தான்.

அவள் அருகில் வந்து அமர்ந்தான். "ராஜாத்தி."

"ம்?" என்றாள் திரும்பிப் பார்க்காமல் தரையில் புல்லைப் பிடுங்கிக் கொண்டு.

"இன்னைய வரைக்கும் எனக்குள்ள ஒரு பெரிய கலக்கம் இருக்கு."

"என்ன அது?"

"உன்னை நேசிக்கிறது தப்போ, உன் மனசுல ஆசையை வளர்த்துவிடறது தப்போன்னு ஒரு கேள்வி."

"இதென்ன அசட்டுத்தனமான கேள்வி!"

"இல்லைம்மா. இது அசட்டுத்தனமான கேள்வி இல்லை. நியாயமான கேள்வி. வெறுமனே ஆசைப்படறதோட, பேசிப் பழகறதோட நின்னு போயிடற விஷயமில்லை இது. கல்யாணம், குடும்பம், தாம்பத்யம்னு தொடர வேண்டிய ஒரு பெரிய விஷயம். அதுக்கெல்லாம் தகுதி இருக்கான்னு யோசிக்க வேண்டியதும் ஒரு பொறுப்புதான்."

"எனக்கு ஒண்ணும் புரியலை நீங்க சொல்றது."

"இப்ப இந்த மாந்தோப்பு அழகா இருக்கு. இதை விலைக்கு வாங்கி சொந்தமாக்கிக்கிட்டா எப்படி இருக்கும்னு ஒரு நினைப்பு மனசில வந்தா, அதுக்குப் பேரு ஆசை. இந்தக் கனவை கனவாவே வெச்சிக்கிட்டா எந்தப் பிரச்சனையுமில்லை. நனவாக்கணும்னு ஆசைப்பட்டா, அப்போ நம்ம சக்தியைப் பத்தி யோசிச்சுத்தானே ஆகணும்? அந்த மாதிரி... உன்னைப் பார்த்தேன். மனசுக்குள்ளே

என்னையுமறியாமே ஒரு ஆசை உன் மேல வளர்ந்தது. அடக்க முடியாம அதை உன்கிட்ட வெளிப்படுத்தினேன். நீயும் உன் விருப்பத்தை சொன்னே. இப்ப இந்தக் கனவை நனவாக்கற கட்டத்தைப் பத்தி யோசிக்கணுமில்லையா?"

"நேத்தே நான் சொன்னேன். அடிச்சு சொன்னேன். ஆணித்தரமா சொன்னேன். நினைவிருக்கா? என்ன சொன்னேன்? 'முறையா என் வீட்டுக்கு வாங்க. எங்கப்பாகிட்ட 'இந்த மாதிரி நாங்க ரெண்டு பேரும் ஒருத்தர் மேல ஒருத்தர் பிரியம் வச்சிட்டோம். எங்களை சேர்த்து வைங்க'ன்னு கேளுங்க. அப்பா சம்மதிச்சா ஊரறிய கல்யாணம். அவர் சம்மதிக்கலைன்னா, சம்மதம் வாங்க ஆன மட்டும் முயற்சிப்போம். எதுவும் எடுபடலைன்னா நீங்க சொல்ற கோயிலுக்கு நான் வர்றேன். தாலி கட்டுங்க. தம்பதியா வந்து ஆசீர்வாதம் கேக்கலாம்'னு சொன்னேன்."

"சொன்னே ராஜாத்தி. இதெல்லாம் உணர்ச்சி வேகத்துல எடுக்கிற முடிவுகள். யார் சம்மதிச்சாலும், சம்மதிக்கலைன்னாலும் நாம வாழ்க்கைல ஒண்ணு சேர்ந்தாகணும். இது உணர்ச்சி. இது லட்சியம். ஆனா கொஞ்சம் நடைமுறையையும், யதார்த்தத்தையும் கூட சிந்திக்க. வேண்டியிருக்கு."

"மறுபடி குழப்பமா எதுவோ பேசறிங்க."

"தெளிவா சொல்றேன் ராஜாத்தி. என் படிப்புக்கும், என் உத்தியோகத்துக்கும் எதாச்சும் சம்பந்தம் இருக்கா? வேற ஒரு பொருத்தமான, நல்ல உத்தியோகம் கிடைச்சுடும்ங்கற நம்பிக்கையில், அதுவரைக்கும் சும்மா இருக்க வேணாமேன்னு இந்த வேலைல இருக்கேன். இந்த சொற்ப சம்பளத்தில் ரூம் வாடகை, மெஸ் சாப்பாட்டு பில் எல்லாம் கொடுத்து ஊருக்கு, அம்மாவுக்கு ஒரு சின்ன தொகை அனுப்பறதுக்கே மாசா மாசம் முழி பிதுங்குது. ஒரு நல்ல சட்டை வாங்கணும்னு நினைச்சாக் கூட அதுக்கு நாலைஞ்சி மாசம் திட்டம் போட்டு சேமிக்க வேண்டியிருக்கு. உடம்புக்கு திடீர்னு காய்ச்சல், தலை வலின்னு வந்து மருந்து, மாத்திரைன்னு எதிர்பாராத செலவு வந்து அந்த

சேமிப்பையும், ஆசையையும் அடிச்சிக்கிட்டுப் போய்டும். இந்த லட்சணத்துல இப்ப எனக்கு கல்யாண ஆசை தேவைதானான்னு ஒரு கேள்வி என்னைக் குடைஞ்சிட்டே இருக்கு."

"பணம்தான் இப்ப பிரச்சனையா?"

"நிச்சயமா அது ஒரு பெரிய பிரச்சனைதான் ராஜாத்தி."

"எங்கப்பா என்னை வெறுங்கையோட அனுப்பி வைப்பார்ன்னு நினைக்கறிங்களா? எனக்குப் போடற நகை, செய்யற சீர், இதை வச்சி தொழில் எதாச்சும் ஆரம்பிங்க. இல்லைன்னா ஒரு நல்ல வேலை கிடைக்கிற வரைக்கும் இதை வச்சி சமாளிக்கலாம்."

"நீ என்னை அவமானப்படுத்தறே ராஜாத்தி. என் பெண்டாட்டிக்கு என் சொந்தக் காசுல சோறு போடணும். அந்த தகுதி இல்லைன்னா நான் கல்யாணம் செய்துக்கவே லாயக்கில்லேன்னு அர்த்தம்."

"சரி. எங்கப்பா செய்ற சீர் வேணாம். உங்க சம்பாத்யம் என்னவோ, அதுக்குள்ளேயே குடித்தனம் நடத்தினாப் போச்சு. நகை வேணும், புடவை வேணும், அது வேணும், இது வேணும்னு உங்களை நான் தொல்லை பண்ணுவேன்னு நினைக்கறிங்களா? சத்தியமா நான் அப்படிப்பட்டவ இல்லைங்க" என்றபோது ராஜாத்தியின் கண்கள் கலங்கின.

"ராஜாத்தி, மண் குடிசைல வாழ்ந்தாக்கூட போதும்னும், ஒருவேளை கஞ்சி கிடைச்சாக்கூட அதைப் பகிர்ந்துக்கலாம்னும் சொல்றதெல்லாம் உன் மனசைக் காட்டும். அதேசமயம் என் இயலாமையையும் காட்டும். ஆடம்பரத் தேவைகளை விட்டுடு. ஓரளவுக்கு அடிப்படைத் தேவைகளையாவது பூர்த்தி செய்ய முடியும்ங்கற நம்பிக்கை இருந்தாதான் ஒருத்தன் கல்யாணத்தைப்பத்தி நினைக்கணும்கிறது என் கருத்து."

"அப்படின்னா நீங்க என்ன சொல்றீங்க?"

"ராஜாத்தி, எனக்கு வாழ்க்கையில கல்யாணம்னு ஒண்ணு நடந்தா, அது உன்னோடதான். இதில் மாற்றமில்லை. ஆனா

அது எப்போங்கிறதுதான் பிரச்சனை. நான் வேலை தேடற முயற்சியில ரொம்பத் தீவிரமா இருக்கேன். ஒரு நல்ல வேலை சீக்கிரம் கிடைச்சுடுங்கிற நம்பிக்கை எனக்கு நிறையவே இருக்கு. அதுவரைக்கும் நான் காத்திருப்பேன். நீ காத்திருப்பியா ராஜாத்தி?" என்று நெகிழ்ந்த குரலில் ஜீவா அவள் தாடையைத் தொட்டு முகத்தை நிமிர்த்திக் கேட்டபோது...

படபடவென்று மோட்டார் பைக்கில் வந்தான் மருது.

***

14

அத்தியாயம்

மோட்டார் பைக்கின் சத்தத்தைக் கேட்டதும் விருட்டென்று திரும்பிப் பார்த்த ராஜாத்தி, "ஐயய்யோ என் மாமா..." என்று பதறி எழுந்தாள். ஜீவாவும் அவசரமாக எழுந்துகொண்டான்.

மருது அவர்கள் இருவரின் அருகில் வந்து பைக்கை நிறுத்தி இரண்டு பக்கங்களிலும் காலூன்றிக் கொண்டு என்ஜினை அணைத்தான்.

இருவரையும் துடிக்கும் இதயத்துடன் மாறி மாறிப் பார்த்தான்.

"ராஜாத்தி என்ன இதெல்லாம்?" வார்த்தைகள் வெப்பம் கலந்து வெளிப்பட்டன.

தனது ஒரு பின்னலின் முனையை கைகளால் நிமிண்டியபடியே தலை குனிந்து அமைதியாக நின்றாள் ராஜாத்தி.

"கேக்கறேனில்லை? யார்றா நீ? எங்க ஊர் பொண்ணுகிட்டே தகராறு பண்றியா? ராஸ்க்கல்!"

வேகமாக மருது பைக்கை விட்டுக் கீழே இறங்கினான். வண்டியை ஸ்டாண்ட் போட்டுவிட்டு ஜீவாவை நோக்கி அவசர நடையில் வந்து அவன் சட்டையை மார்பருகே கொத்தாகப் பிடித்தான்.

“மாமா... அவர் மேலேர்ந்து கையை எடுங்க. அவர் எந்தத் தகராறும் செய்யலை. நானாதான் இங்கே வந்தேன். அவருக்கு சாப்பாடு எடுத்துட்டு வந்தேன்.”

திரும்பி அவளை வெறித்துப் பார்த்தான். “சாப்பாடு கொண்டு கொடுக்கற அளவுக்குன்னா... யாரு இவன்? இவனோட உனக்கு என்ன பழக்கம்?” என்றான்.

“என்னை கல்யாணம் பண்ணிக்கப்போறவர் இவர்.”

ஒரு வகையில் எதிர்பார்த்த பதில்தான் என்றாலும், ராஜாத்தி வாயில் அதைக் கேட்டதும் உடம்பு முழுக்க சிலிர்த்துப் போனான் மருது.

ஜீவாவின் சட்டையில் இருந்து கையை எடுத்தான். ராஜாத்தியின் அருகில் வந்தான். “என்னம்மா சொல்றே?” என்ற அவன் குரலில் நடுக்கம் இருந்தது.

“ஆமாம் மாமா. மாயவரத்தில் அடிபட்ட அக்காவை ஆஸ்பத்திரில சேர்த்து நகை கொண்டாந்து பொறுப்பா ஒருத்தர் கொடுத்தார்ன்னு நான் சொல்லலை?... அவர் இவர்தான். ஜீவான்னு பேரு. உத்தியோக விஷயமா நம்ம ஊர்ல தங்கியிருக்கார். நாங்க ஒருத்தரை ஒருத்தர் மனசார விரும்பறோம். நீங்கதான் என் அப்பாகிட்டே சொல்லி இந்தக் கல்யாணத்தை நடத்தி வைக்கணும் மாமா.”

மருது விக்கித்து நின்றான். உன் அருகில் மாப்பிள்ளையாக அமரப் போவதாகக் கற்பனை செய்து கொண்டிருந்தவனை புரோகிதராக வரச் சொல்கிறாயே ராஜாத்தி?...

எத்தனை வருடங்களாக உன் மேல் ஆசையை வளர்த்து வந்திருக்கிறேன் நான்... இப்படி திடீரென்று ஒரு நெருப்புச் செய்தியைக் கொடுக்கிறாயே?...

கூடவே வளர்ந்த மாமனின் உணர்வுகளைப் புரிந்துகொள்ள முடியாத நீ, நேற்று அறிமுகமான எவனோ ஒரு மூன்றாவது மனிதனை, ‘என்னைத் திருமணம் செய்து கொள்ளப் போகிறவர்’

என்று உறுதியாகச் சொல்லும் அளவிற்குப் புரிந்துகொண்டு விட்டாயா?

ஜீவா அவன் அருகில் வந்தான்.

"சார், நீங்க என்னை சந்தேகப்பட வேண்டாம். எந்த தப்பான நோக்கமும் எனக்கு இல்லை. நான் ராஜத்தியை மனப்பூர்வமா நேசிக்கிறேன். அவளைக் கல்யாணம் செய்துக்க விரும்பறேன்" என்றான்.

எதுவும் பதில் பேசாமல் நின்றான் மருது.

"மாமா, நாளைக்கே அவர் முறையா வந்து அப்பாகிட்டே பேசறேன்னு சொன்னார். அப்பா கொஞ்சம் சத்தம் போடுவார்ன்னு நினைக்கிறேன். நீங்கதான் அப்பாவைச் சமாதானப்படுத்தணும். எடுத்துச் சொல்லணும்."

'தோற்றவன் கையிலேயே பூமாலையைக் கொடுத்து ஜெயித்தவனுக்குப் போடச் சொல்கிறாயா ராஜாத்தி?...'

மருதுவின் கண்களில் கண்ணீர் முட்டிக்கொண்டு வந்தது. நாக்கைக் கடித்து சிரமப்பட்டு அதைக் கட்டுப்படுத்தினான்.

"நான் ராஜாத்தியோட கொஞ்சம் தனியாப் பேசணும்" என்று ஜீவாவைப் பார்த்தான் மருது.

"தாராளமாகப் பேசுங்க. நான் போறேன். ராஜாத்தி, நான் புறப்படறேன். எனக்கு வேலை இருக்கு. நாளைக்கு காலைல ஒன்பது மணிக்கு உன் வீட்டுக்கு வந்து உன் அப்பாகிட்டே பேசறேன்."

ஜீவா அமைதியாகத் தோப்பைவிட்டு வெளியே நடந்தான். அவன் தொலைதூரம் மறைந்த பிறகும்கூட சற்று நேரம் மௌனமாகவே இருந்தான் மருது.

"என்ன மாமா?" என்று அமைதியைக் கலைத்தாள் ராஜாத்தி.

"ராஜாத்தி, கல்யாணம்ங்கறது சின்ன விஷயம் இல்லைம்மா. நாலையும் யோசிக்கணும். ஏதோ பார்க்க லட்சணமா இருக்கான்னு

மனசு சபலப்படறது சகஜம்தான். அதை இந்த அளவுக்கு தீவிரமா முத்தவிடறது சரியில்லைம்மா."

"மாமா, நான் அவரை வெறும் தோற்றத்துக்காக விரும்பலை மாமா. பல தடவை பேசிப் பழகினதுல அவரோட குணங்கள், அன்பு தெரிஞ்சதுக்கு அப்புறம்தான் ஒரு மதிப்பும், மரியாதையும் விழுந்திச்சி."

"அந்தப் பையன் என்ன ஜாதின்னு தெரியுமா? ராஜாத்தி?"

"தெரியாது. தெரிஞ்சுக்கவும் விரும்பலை மாமா."

"ரொம்ப உறுதியா இருக்கியா நீ?"

"ஆமாம் மாமா."

"ஒருவேளை உங்கப்பா இதுக்குச் சம்மதிக்கலைன்னா?..."

ராஜாத்தி மௌனமாகத் தரை பார்த்தாள்.

"சொல்லு ராஜாத்தி, அப்பா வார்த்தையை மீறுவியா?"

"அப்பா எனக்கு நல்ல ஒரு வாழ்க்கை அமையறதுக்கு தடைபோட மாட்டார் மாமா. ஏதோ பிடிவாதத்துல அவர் மறுத்தா, அதுக்காக என் வாழ்க்கையை நான் பாழாக்கிக்க மாட்டேன்."

"என்ன செய்வே."

"அவர் சொல்ற இடத்துக்கு புறப்பட்டுப் போய் தாலி கட்டிக்குவேன். எனக்கு அதுக்கான வயசு இருக்கு."

மருதுவிற்குப் பகீரென்றது.

"ராஜாத்தி, என்னைப் பத்தி உனக்கு மனசில எந்த நினைப்புமே இல்லையா? உன்னை நான்தான் கல்யாணம் செய்துக்கப் போறேன்னு ஊர் பூரா சொல்லி எத்தனையோ வருஷமாச்சும்மா."

"அதெல்லாம் சும்மா விளையாட்டுப் பேச்சுதானே மாமா?"

"விளையாட்டா? நான் அப்படி நினைக்கல ராஜாத்தி."

“நான் அப்படித்தான் நினைச்சேன். என்னை மன்னிச்சிடுங்க மாமா. உங்க மனசில நீங்களா ஆசைகளை வளர்த்துக்கிட்டதுக்கு நான் என்ன செய்ய முடியும்? நாளைக்கு அவர் வந்து எங்கப்பாகிட்டே பேசறப்ப முடிஞ்சா எங்களுக்கு சப்போர்ட்டாப் பேசுங்க. இல்லைன்னா குட்டையைக் குழப்பாம அமைதியா இருந்துடுங்க. நான் வர்றேன் மாமா.”

ராஜாத்தி சாப்பாடு கேரியரை எடுத்துக்கொண்டு நடக்கத் துவங்கினாள். மருது தனது மோட்டார் பைக்கில் அமர்ந்து, ஆனால் ஸ்டார்ட் செய்யாமல் வெகு நேரம் அப்படியே அமர்ந்திருந்தான்.

***

மறுநாள் காலை. ராஜாத்தியின் வீட்டில் இரண்டு நாற்காலிகளில் கணேசனும், ஜீவாவும் எதிரெதிராக அமர்ந்திருக்க... அருகே ஒரு அறையில் வாசலருகே ராஜாத்தி நின்று கொண்டிருந்தாள்.

மூவரும் சில நிமிடங்கள் மௌனமாக இருக்க, “என்னங்க, எதுவுமே பேசலையே நீங்க?” என்றான் ஜீவா.

“தம்பி, இதுவே வேற ஒருத்தன் இந்த மாதிரி சொல்லிருந்தா நான் நடந்துக்கற விதமே வேற மாதிரி இருக்கும். ஏற்கனவே அறிமுகமானவரா போய்ட்டீங்க. அதுலயும் உங்கமேல நல்ல மதிப்பு வெச்சிருக்கேன். அதனால பக்குவமா எப்படிச் சொல்றதுன்னு புரியாம திணறிட்டிருக்கேன் தம்பி. இது சரியா வராது.”

ஜீவா அதிர்ச்சியாகி, “ஏன் சார்?” என்றான்.

“என்னால விளக்கமா சொல்ல முடியாது. ஏதோ சின்னஞ்சிறுசுங்க. பார்த்த இடத்தில ரெண்டு வார்த்தைச் சிரிச்சிப் பேசிட்டீங்க. அதைவச்சி பெரிய முடிவுகள் எடுக்கணும்னு ஆசைப்பட வேண்டாம். இந்த வீட்ல ஏற்கனவே ஒரு காதல் கல்யாணம் நடத்திப் பார்த்து அதுல எம்பொண்ணையே பலிகொடுத்துட்டு நிக்கறேன்” என்றார் கணேசன்.

“சார், உங்க மூத்த மகளுக்கு நடந்ததையெல்லாம் ராஜாத்தி சொல்லிச்சு. யாரோ ஒருத்தன் அப்படி நடந்துக்கிட்டதுக்காக எல்லாரையுமே அதேமாதிரி நினைக்கணுமா சார்?”

“தம்பி, நீங்க படிச்சவர். உங்க அளவுக்கு என்னால வாதம் செய்ய முடியாது. எம் பொண்ணுக்கு சொந்தத்திலேயே பையன் இருக்கான். அவனுக்கு எந்தக் குறைச்சலும் இல்லை. ஜம்முன்னு இருப்பான். நாலு காசு சம்பாதிக்கிறான். அவனுக்குத்தான் கட்டித் தர்றதா இருக்கேன்.”

“அப்பா” என்றாள் ராஜாத்தி.

“என்ன?”

“என் விருப்பம்னு ஒண்ணு இல்லையா? நான் மாமாவைக் கட்டிக்கிறதா இல்லை. இவரைதான் மனசார நேசிக்கிறேன்.”

கோபமாக எழுந்தார் கணேசன். “வாயை மூடிக்கிட்டு உள்ளே போ! எத்தனை துணிச்சல் இருந்தா எனக்கு எடுத்துச் சொல்வே?...” என்றவர் திரும்பி, “அப்ப புறப்படறீங்களா தம்பி?” என்று ஜீவாவைப் பார்த்து கைகூப்பினார்.

எழுந்துகொண்ட ஜீவா, “என்ன காரணத்தினால என்னைப் பிடிக்கலைன்னு மட்டும் சொல்லுங்க சார். நான் போயிடறேன்” என்றான்.

“உங்களைப் பிடிக்கலைன்னு நான் சொல்லலை. உங்களுக்கு என் பெண்ணைத் தர விருப்பமில்லைன்னு சொல்றேன். எனக்கு ஒரே ஆதரவு இவதான். இவளையாவது நிம்மதியான இடத்தில் கட்டிக்கொடுக்க ஆசைப்படறேன்.”

“எனக்கு கட்டிக்கொடுத்தா எந்த வகையில் நிம்மதி போயிடும் சார்?”

“வேணாங்க, என் வாயைக் கிளறாதீங்க. எதாச்சும் சொல்லிடுவேன். நான் தெரியாமதான் கேக்கறேன்... அன்னைக்கே சொன்னிங்களே, நினைவிருக்கா? உங்க படிப்புக்குத் தகுந்த

வேலை கிடைக்கலைன்னு சொன்னீங்க. இந்த சின்ன வேலைல வர்ற சம்பளம் உங்க தேவைகளுக்கே பத்தலைன்னு சொன்னீங்க. இப்ப எப்படி, எந்த தைரியத்தில பொண்ணு கேட்டு வந்தீங்க?"

"எதிர்பார்த்தேன் சார். இந்தக் கேள்வியை நான் எதிர்பார்த்தேன். சார், இப்போ இந்த நிமிஷம் நீங்க எங்க கல்யாணத்துக்கு சம்மதிச்சி, நாளைக்கே முகூர்த்தம் வெச்சாக்கூட, தாலிகட்ட நான் தயாரா இல்லை சார்" என்றான் ஜீவா.

***

15

அத்தியாயம்

நாளைக்கே முகூர்த்தம் வைத்துக் கூப்பிட்டால் கூட, தாலிகட்ட தான் தயாரில்லை என்று ஜீவா சொன்னதன் பொருள் புரியாமல் நிமிர்ந்து அவன் முகத்தைப் பார்த்தார் கணேசன்.

கதவில் சாய்ந்து நின்று கொண்டு தன் முந்தானை முனையை விரலில் சுற்றி, சுற்றி விடுவித்துக் கொண்டிருந்த ராஜாத்தி அமைதியாக ஜீவாவை நோக்கினாள்.

"சார், நீங்க பொண்ணைப் பெத்தவர். ஏற்கனவே உங்க இன்னொரு பொண்ணைப் பறிகொடுத்துட்டு தவிக்கிறவர். உங்க மனசு எனக்குப் புரியுது. நீங்க கேட்டது ரொம்ப ரொம்ப நியாயம். உன் சாப்பாட்டுக்கே போதுமான வருமானமில்லாத லட்சணத்திலே என் பொண்ணைக் கட்டிக்க என்ன தைரியத்திலே வந்து கேட்டேன்னு நீங்க கேட்டீங்களே... இதே கேள்வியை நானே எனக்குள்ள கேட்டுக்கிட்டாச்சு சார். அதுக்கான பதிலும் இருக்கு."

ஜீவா தன் பேச்சை நிறுத்தி, ஜன்னல் வழியாக, அந்த வீட்டை நோக்கி வந்து கொண்டிருந்த மோட்டார் பைக்கைப் பார்த்தான்.

அதில் மருது வந்து கொண்டிருந்தான். வீட்டின் வாசலில் பைக்கை நிறுத்திவிட்டு அமைதியாக வீட்டுக்குள் வந்து மூவரையும் பார்த்தான். தனியாக இருந்த ஓர் நாற்காலியில் சென்று அமர்ந்து கொண்டான்.

"வாப்பா மருது, இந்த ராஜாத்தி செய்திருக்கிற காரியம் உனக்குத் தெரியுமா?" என்றார் பதைப்புடன் கணேசன்.

"தெரியும் மாமா. என்ன சொல்றார் அவரு?"

ஜீவா தன் பேச்சைத் தொடர்ந்தான்.

"சார், என் படிப்புக்கேத்த உத்தியோகத்துக்காக ரொம்ப தீவிரமா முயற்சி செய்துகிட்டிருக்கேன். மெட்ராஸ்ல ஒரு பெரிய கம்பெனிலேர்ந்து எனக்கு இண்டர்வியூவுக்கு கூப்புட்டிருக்காங்க. அவங்க கேக்கற அத்தனை தகுதிகளும் என்கிட்ட இருக்கு. அதுவும் இல்லாம என் ஃப்ரெண்டுக்கு தெரிஞ்சவர் அந்த கம்பெனில பெரிய பதவில இருக்கார். 'நீ வா, எல்லா உதவிகளும் செய்றேன்'னு என் ஃப்ரெண்டு தபால் போட்ருக்கான். நிச்சயமா எனக்கு இந்த வேலை கிடைச்சிரும்னு நிறைய நம்பிக்கை இருக்கு. அப்படி கிடைச்சுட்டா... ஆரம்ப சம்பளமே மூவாயிரம் ரூபா. எனக்கு இந்த வேலை கிடைச்சதுக்கு அப்புறம் உங்க பொண்ணைக் கல்யாணம் செய்து கொடுக்கிறதுல எந்த ஆட்சேபணையும் இல்லையே?..."

கணேசன் அவனுக்குப் பதில் சொல்லாமல் மருதுவைப் பார்த்தார். மருது ஏதோ கல்யாண வீட்டுக்கு வந்தவன் போல, நாற்காலி மேல் சம்மணம் போட்டு அமர்ந்துகொண்டு, கைகளைக் கட்டிக்கொண்டு அமைதியாக இருந்தான்.

"என்னப்பா, அவர் கேக்கறாரில்லை... பதில் சொல்லுங்க" என்றாள் ராஜாத்தி. "இப்ப உங்களுக்கு தகுதி இல்லைன்னு குத்திக் காமிச்சீங்க. தகுதியோட வர்றேன்னு சொல்றார். அப்புறமென்ன?"

"மருது, என்னப்பா அமைதியா இருக்கே? எல்லா விஷயமும் உனக்குத் தெரியுமில்லே?..."

“தெரியும் மாமா. ராஜாத்தி விவரமா சொல்லிச்சு. அவரும் சொன்னார்.”

“எனக்கு என்ன சொல்றதுன்னு தெரியலையேப்பா. அந்த தம்பி நல்ல மாதிரிதான். ஆனா ராஜாத்தியை உனக்குதான் கட்டிக்கொடுக்கணும்னு நான் நினைச்சிட்டிருந்தேன். நீயும் ஆசைப்பட்டே. இப்ப இவ திடீர்னு இப்படி ஒரு குண்டைத் தூக்கிப் போட்றா. ஆணித்தரமா பேசறா.”

“மாமா, யாருக்கு யாருன்னு ஆண்டவன்தான் முடிச்சு வைக்கிறார். ராஜாத்திக்கு என்னைக் கட்டிக்கிற நினைப்பே இல்லைன்னு சொல்லிடுச்சு. அதுக்கப்புறம் அதைக் கட்டாயப்படுத்தி கல்யாணம் பண்ணிக்கறது எனக்குச் சரியாப்படலை. வலுக்கட்டாயமான ஒரு வாழ்க்கையை யார் மேலயும் திணிக்கறது தப்பு மாமா. நான் நாடகம் எழுதறவன். மேடையில தர்ம, நியாயங்களை வசன வசனமா பேசறவன். என் சொந்த வாழ்க்கைன்னு வர்றப்பவும் அதையெல்லாம் நினைச்சுப் பார்க்கணும். ராஜாத்தி அவர் மேல அசைப்பட்டதிலயும் தப்பு இல்லை. அவர் தனக்கு ஒரு தகுதி ஏற்படுத்திக் கிட்டதுக்கு அப்புறம் கல்யாணம் செய்துக்கிறேன்னு சொல்றதிலயும் தப்பு இல்லை. சந்தோஷமா சம்மதம் சொல்லுங்க.”

தன் மாமனை கண்கள் கலங்க நன்றியோடு பார்த்தாள் ராஜாத்தி. கணேசன் அப்போதும் மௌனமாகவே இருந்தார். மருது எழுந்து வந்து ஜீவாவின் கையைப் பிடித்து, “வாங்க மாப்பிள்ளை, உக்காருங்க” என்றான்.

ஜீவா அமைதியாக நின்றான்.

“என்ன மாமா, சொல்லுங்க. நீங்க வாய் திறந்து சொன்னாதான் உக்காருவாராம்” என்றான் மருது.

கணேசன் திரும்பி தன் மகளைப் பார்த்தார். “போம்மா. எல்லாருக்கும் குடிக்க ஏதாவது எடுத்துட்டு வா” என்றார் சிரித்த முகத்தோடு.

***

அந்த ஆறு லேசான சிணுங்கலுடன் தவழ்ந்து கொண்டிருக்க, அருகில் வயல்களில் பச்சைக் கதிர்களின் மேல் காற்று தத்தித்தத்தி அலைந்து கொண்டிருந்தது. ஆற்றின் கரையோரத்தில் இருந்த அந்த மேட்டுப் பாறையில் அமர்ந்திருந்தான் ஜீவா.

சற்றுத் தள்ளி தன் முழங்கால்களைக் கட்டிக்கொண்டு மற்றொரு சிறிய பாறையில் அமர்ந்திருந்த ராஜாத்தி அவனையே பார்த்துக் கொண்டிருந்தாள். காற்று அவளின் காதோர கூந்தல் சுருள்களை நடனமாடச் செய்து கொண்டிருந்தது.

"இன்னைக்கே நீங்க ஊருக்குப் புறப்பட்டாகணுமா?" என்றாள்.

"ஆமாம் ராஜாத்தி."

"அந்த இண்டர்வியூவுக்கு இன்னும் ஒரு வாரம் இருக்கிறதா சொன்னீங்களே..."

"ஆனா அதுக்கு முன்னாடி என் ஃப்ரெண்டு மூலமா அவனுக்குத் தெரிஞ்ச அந்த கம்பெனி ஆபீசரை தனியா வீட்ல போய்ப் பார்க்க வேண்டியிருக்கு. அவர் ஊர்ல இருக்கணும். அவர் ஏதாவது ஒரு யோசனை சொல்லி, வேற யாரையாவது பார்க்கச் சொன்னா, அவரைப் போய்ப் பார்க்கணும். அதனால முன்னாடியே போக வேண்டியிருக்கும்மா."

"எப்போ திரும்புவீங்க?"

"இண்டர்வியூ முடிஞ்சி நாலு நாள் அங்கேயே காத்திருந்து என்னோட வேலையை உறுதி செய்துகிட்டதுக்கு அப்புறம்தான் புறப்பட்டு வரணும்னு நினைச்சிட்டிருக்கேன். இங்கே இந்த உரக் கம்பெனில பதினைஞ்சு நாள் லீவு எழுதி கொடுத்திருக்கேன்."

"மெட்ராஸ்ல எங்க தங்குவீங்க?"

"நான் சொன்னேனே... என் ஃப்ரெண்டு ரூம்லதான் தங்கப் போறேன். சரவணன்னு பேரு. ரொம்ப நல்ல பையன். என்னோட படிச்சவன். ஒரு பதிப்பகத்தில ப்ரூஃப் திருத்தற வேலை பார்த்துக்கிட்டிருக்கான்."

“எனக்கு போனதும் தபால் போடுவீங்களா?”

“போடறதைப் பத்தி எதுவும் இல்லை. உங்கப்பா எதுவும் தப்பா நினைக்க மாட்டாரே?...”

“அதான் நம்ம கல்யாணத்துக்கு சம்மதிச்சுட்டாரே... அப்புறம் என்ன தப்பா நினைக்கிறது? இல்லைன்னா ஒண்ணு செய்ங்க. என் மாமா விலாசத்துக்கு என் பேர் போட்டு அனுப்புங்க. நான் மாமாகிட்டே சொல்லி வச்சிடறேன். அவர் அப்பாவுக்குத் தெரியாம ரகசியமா என்கிட்ட கொடுத்துடுவார்.”

“சரி. உன் மாமாதான் நம்ம கல்யாணத்துக்கு பெரிய தடையா வந்து நிக்கப் போறார்ன்னு நான் நினைச்சேன். ஆனா அவரு எவ்வளவு கண்ணியமா நடந்துகிட்டாரு!”

“அதான் என் மாமா! பக்குவப்பட்ட மனசு. அவர் நாடகங்கள்ல கூட இப்படித்தான்... ரெண்டு பேர்ல ஒருத்தரை ஒருத்தர் விரும்பினா, எப்பாடுபட்டாவது அவங்களை சேர்த்து வைக்கத்தான் தன் கதைகள்ல அவர் போராடுவார். அதனால தன்னோட ஏமாற்றத்தை ரொம்ப சாதாரணமா எடுத்துக்கிட்டார்.”

“ஆனாலும் அதுக்கு ரொம்ப பெரிய மனசு வேணும் ராஜாத்தி.”

“கண்டிப்பா. நேத்து என்கிட்ட தனியா வந்து பேசிட்டுப் போனாரு. தோப்புல நான் சத்தம் போட்டு பேசிட்டதுக்காக வருத்தப்படாதே... ஒரு பொண்ணை பல ஆம்பளைங்க மனசில நினைப்பாங்க. ஆனா, ஒரு பொண்ணு ஒரு ஆம்பளையைத்தான் நினைப்பா. நினைக்கணும். அந்தப் பொண்ணோட நினைப்புதான் முக்கியம். உன் சந்தோஷம்தாம்மா பெரிசுன்னு சொன்னார். நான் கலங்கிப் போயிட்டேன்.”

“உங்க மாமா புராணம் போதும். கொஞ்ச நேரத்தில போயாகணும். பள்ளிக் கூடத்தில எனக்காக வேன்ல காத்துக்கிட்டிருப்பாங்க. மாயவரம் போய், ராத்திரி ரயிலை நான் பிடிச்சாகணும். மறுபடி உன்னைப் பார்க்க ரெண்டு வாரத்துக்கு மேல ஆகும். இந்த

ரெண்டு வாரமும் வச்சிக்கிறதுக்கு உன்கிட்டர்ந்து ஏதாவது வேணாமா?"

"என்ன வேணும்?"

ஜீவா தன் கீழுதட்டை ஒருமுறை நாக்கால் தடவினான். அவளைப் பார்த்துக் கண்ணடித்தான்.

"ச்சீ! நான் மாட்டேன்ப்பா."

"ஏனாம்? அப்புறம் எப்படி உன்னை நான் நினைச்சுக்கிறதாம்?"

"இல்லாட்டி மறந்துடுவீங்களா?"

"இல்லை. இதுல அதிகப்படியான நினைப்பு வருமே."

"உள்ள நினைப்பே போதுமே."

"எனக்குப் போதாதே" என்று அவள் கையைத் தொட்டான். இரண்டு கைகளையும் அவள் புஜங்களில் வைத்துத் தன்னை நோக்கி இழுக்க, மெதுவாக அவன் மார்பில் சாய்ந்துகொண்டாள்.

ஒற்றை விரலால் அவளின் தாடையைத் தொட்டு முகத்தை உயர்த்தி அவள் கண்களையே குறுகுறுவென்று பார்த்து, "ம் சீக்கிரம்" என்றான்.

"ம்கூம்..." என்று விலகப் போனவளை அணைத்துக்கொண்டு, "ஒண்ணு கொடு, இல்லைன்னா வாங்கிக்க" என்று தன் இதழ்களை மெதுவாக அவள் முகத்தை நோக்கி தாழ்த்தி, அவளின் கன்னத்தில் சத்தமில்லாமல் ஒரு முத்தமிட்டான்.

அவள் உடம்பு முழுக்க சிலிர்த்து, "போதும்" என்று விலகிக்கொண்டு நகர்ந்து அமர்ந்தாள்.

ஜீவா எழுந்து கொண்டான். "நான் புறப்படட்டுமா?" என்றான்.

கண்களில் நீர் முட்ட, "ம்" என்றாள் ராஜாத்தி.

***

16

அத்தியாயம்

அதிகாலையில் சென்னை எக்மோர் ரயில் நிலையத்தைத் தொட்டுப் பெருமூச்சுவிட்ட தன் ரயிலில் இருந்து இறங்கிக் கொண்ட ஜீவாவின் கண்கள் மிகச் சிவந்திருந்தன.

இரவு முழுக்க உறக்கம் என்பது சொட்டுகூட இல்லை. கொஞ்ச தூரம் வேலை பற்றிய சிந்தனை. இந்த வேலை கிடைத்துவிடுமா, என்ன கேள்வி கேட்பார்கள்? என்று அதே வேலை எண்ணங்கள். அவற்றைச் சிரமப்பட்டு மூட்டைகட்டி வைத்தால்... உடனே ராஜாத்தியின் சிந்தனை!

நேரில் இல்லாமல் வெறும் நினைவிலேயே மனம் முழுக்க ஒரு தென்றல் சுகத்தை அவளால் எப்படித் தர முடிகிறது? அவளை ஒவ்வொரு கோணத்திலும் நினைத்துப் பார்ப்பதில் எத்தனை சுவாரசியம்! அவள் பேசின வார்த்தைகளை அவள் குரலிலேயே அசை போடுவதால்தான் எத்தனை சந்தோஷம்!

ஜீவா ரயில் நிலையத்தை விட்டு வெளியே வந்தான்.

வானம் பூத்தூறல் சிந்திக் கொண்டிருந்தது. ராத்திரி பெய்த மழையில் சாலை முழுக்க நனைந்து, அங்கங்கே பழுப்பு நீர் தேங்கி அவற்றில் காகிதக் குப்பைகளும், சிகரெட் துண்டுகளும் மிதந்து கொண்டிருந்தன. கட்டிடங்கள் நனைந்து போய் அவற்றின் விளம்பர போர்டுகளின் கீழ் முனையிலிருந்து சொட்டுச் சொட்டாய் தண்ணீர் சொட்டிக் கொண்டிருந்தது.

ஜீவா முதலில் ஆட்டோ அமர்த்திக்கொள்ள நினைத்து, பிறகு அந்த எண்ணத்தைக் கைவிட்டு பஸ் நிறுத்தத்திற்கு வந்து நின்றான்.

அரைமணி நேர காத்திருப்புக்குப் பிறகு அடையாறு செல்லும் அந்தப் பல்லவனில் ஏறிக் கொண்டான். காலை நேரமென்பதால் பஸ்சில் நிறைய இடமிருந்தது. ஒரு பெரியவர் இவன் கேட்காமலேயே தன் கையில் சுருட்டி வைத்திருந்த தினசரியைக் கொடுத்தார்.

செய்தித்தாளை விரித்து தலைப்புச் செய்திகளை மட்டும் மேய்ந்துவிட்டு மீண்டும் மடக்கி அவரிடமே கொடுத்துவிட்டு, ஜன்னலோரக் கம்பியில் தன் கன்னத்தைச் சாய்த்துக் கொண்டான். அந்தக் கம்பியின் ஜில்லிப்பு குறுகுறுப்போடு கூடிய ஒருவிதமான இதத்தைத் தந்தது.

அடையாறு பஸ் டெர்மினஸில் ஜீவா இறங்கிக் கொண்டபோது சாம்பல் பூசின வானம் தன் முகம் கழுவத் தொடங்கியிருந்தது.

ஜீவா அப்போதுதான் திறந்து புத்தகங்களைத் தொங்கவிட்டுக் கொண்டிருந்த பெட்டிக் கடையில் வேலைவாய்ப்பு விபரங்களைச் சொல்லும் ஆங்கில மாத இதழ் ஒன்றை வாங்கிக்கொண்டு, கஸ்தூரிபா நகரம் இரண்டாவது குறுக்குத் தெருவுக்குச் செல்ல வழி கேட்டுக் கொண்டான்.

சரவணன் சென்னைக்கு வந்து வேலையில் செட்டில் ஆகி மூன்று வருடங்களுக்கு மேல் ஆயிற்று. ஆனாலும் சந்திக்கவோ, நேரில் வரவோ வாய்ப்பில்லாமல், கடிதப் போக்குவரத்துகளிலேயே நட்பு தொடர்ந்து கொண்டிருந்தது.

ஜீவா சொல்லப்பட்ட வழியில் சூட்கேசுடன் நிதானமாக நடந்தான். இரண்டாவது குறுக்குத் தெருவில் பல வீடுகளின் முன் பெரிய பெரிய கோலங்கள் போட்டு சாணி உருண்டை மேல் பறங்கிப் பூ வைத்திருந்தார்கள்.

கதவு எண் தேடி அந்த வீட்டை அடைந்தான். வீட்டின் முன் கேட்டில் 'நாய் ஜாக்கிரதை' என்று நாயின் படமும் போட்டு போர்டு மாட்டியிருந்தார்கள்.

அந்த வீட்டின் மாடியில் உள்ள அறையில்தான் சரவணன் தங்கியிருப்பது கதவெண்ணில் இருந்து புரிந்தது.

ஆனால் நாய் பயத்துடன் ஜீவா உள்ளே இருந்த சிறிய தோட்டத்தில் நாய் எதுவும் தென்படுகிறதா என்று பார்த்துவிட்டு, மெதுவாக கேட்டின் கொக்கியைத் திறந்து ஒரு கதவை உள்ளே தள்ளினான்.

ஒருவித பதுங்கல் தனத்துடனேயே மெதுவாக உள்ளே வர...

“சும்மா வாங்க. நாய் இல்லை. வாக்கிங் போயிருக்கு” என்று குரல் கேட்டு நிமிர்ந்தான். அவருக்கு ஐம்பத்து ஐந்து வயதுக்கு மேலிருக்கும். மூக்கில் சரிந்த கண்ணாடி வழியாக காலை பேப்பரைப் பார்த்துக் கொண்டிருந்தார்.

“யாரைப் பார்க்கணும்?”

“மாடில சரவணன்னு...”

“இருக்கார். அந்தப் பக்கம் படி இருக்கு. ஏறிப்போங்க.”

நிம்மதிப் பெருமூச்சுடன் அவர் காட்டிய பகுதியில் இருந்த மாடிப்படிகளை நோக்கி நடந்தான் ஜீவா.

மேலே வந்து கதவைத் தட்டினான்.

சில வினாடிகளில் முகத்தில் தடவின சோப்பு நுரையுடன், கையில் ரேசர் செட்டுடன் கதவைத் திறந்த சரவணன், “அட! ஜீவா! வாடா... வாடா! சுலபமா வழி கண்டுபிடிச்சிட்டியா?” என்றான்.

ஜீவா உள்ளே வந்தான்.

அந்த அறை நீள் செவ்வக வடிவத்தில் இருந்தது. ஒரு சுவர் தவிர மற்றவற்றில் இரண்டிரண்டு ஜன்னல்கள் இருந்தன. அவற்றுக்கு முரட்டுத் துணியில் திரை மாட்டப்பட்டிருந்தது.

ஒற்றைக் கட்டில் மேல் ஜமுக்காளம், போர்வை எல்லாம் சீராக மடித்து வைக்கப்பட்டிருந்தது. வினாயகர் படம் வைத்து, மர ஸ்டாண்டில் ஊதுபத்தி மணம் பரப்பிக் கொண்டிருந்தது. காலண்டரில் அன்றைய தேதி வரை பிசிறில்லாமல் கிழிக்கப்பட்டிருந்தது. கொடிக் கயிற்றில் தொங்கின துணிகளிலும் சரி, மேஜை மேல் அடுக்கி வைக்கப்பட்ட புத்தகங்களிலும் சரி, ஒரு ராணுவ டிசிப்ளின் தெரிந்தது. மிதியடி ஓரமாக சரவணனின் செருப்புகள் கலையாமல் போடப்பட்டிருக்க, அதனருகில் ஜீவா கழற்றிப் போட்டிருந்த செருப்புகள் திசைக்கொன்றாய் திரும்பியிருந்ததில் ஒரு பெரிய முரண்பாடு தெரிந்தது.

“இந்த ரூமைப் பார்த்தா யாராச்சும் கல்யாணம் ஆகாதவன் ரூம்னு சொல்வானா? என்னமோ இன்னிக்குதான் குடிவந்த மாதிரி இவ்வளவு நீட்டா வச்சிருக்கியே சரவணா!”

சரவணன் அதற்கு பதில் சொல்லாமல் புன்னகைத்து, “என்னமோ ஒரு முக்கியமான விஷயம் நேரில் விபரமாகச் சொல்கிறேன்னு பீடிகை போட்டு எழுதியிருந்தியே... என்ன அது?” என்றான்.

கேட்டு விட்டு கண்ணாடி முன் தன் தாடையில் சவரம் செய்யத் துவங்கினான். கண்ணாடி வழியாக ஜீவாவைப் பார்த்து, “என்ன அது, சொல்லு” என்றான்.

ஜீவா கட்டிலில் அமர்ந்து இரண்டு கைகளையும் உதறிக் கொண்டு, “வந்ததுமேவா? முதல்ல குளிச்சிடறேனே, பாத்ரூம் எங்கே இருக்கு?”

“கதவைத் திறந்தா மொட்டை மாடி. கடைசில பாத்ரூம் இருக்கு. துண்டு, சோப் எல்லாம் எடுத்துத் தர்றேன், இரு.”

"எல்லாம் என்கிட்டே இருக்கு. கொண்டு வந்திருக்கேன்." ஜீவா தன் பெட்டியைத் திறந்து கொண்டே, "மணி என்ன ஆச்சு சரவணா?" என்றான்.

மேஜை மேல் கழற்றி வைக்கப்பட்டிருந்த கைக்கடிகாரத்தை எடுத்துப் பார்த்து, "ஏழாக பத்து நிமிஷம்" என்றான் சரவணன்.

"பின்னே இவ்வளவு சீக்கிரம் ஷேவ் பண்ணிட்டிருக்கே? எத்தனை மணிக்கு நீ வேலைக்குப் போகணும்?"

"ஒம்போது மணிக்கு இங்கேர்ந்து புறப்பட்டாப் போதும். காலைல அஞ்சரைக்கெல்லாம் எழுந்துடுவேன். பெஸண்ட் நகர் பீச்சுக்குப் போய் ஒரு மணி நேரம் ஓடிட்டு வருவேன். இப்பதான் கொஞ்சம் முன்னாடி வந்தேன். குளிச்சி ஏழரை, எட்டுக்குள்ள ரெடியாகிடுவேன். எட்டு மணிலேர்ந்து ஒம்போது மணி வரைக்கும் கீழ் வீட்டுப் பையனுக்கு இங்கிலீஷ் பாடத்துக்கு ட்யூஷன் எடுப்பேன். அவனோட இன்னும் அஞ்சு பேர் வர்றாங்க. மாசம் முந்நூறு ரூபா தனி வருமானம் கிடைக்குது."

"அது வேற ஏன் இழுத்து விட்டுக்கிட்டு?"

"பப்ளிஷர், அது ஒரு ஆயிரம் ரூபா வருது. ரூம் வாடகை, சாப்பாடு போச்சுன்னா ஐநூறு மிஞ்சும். ஊர்ல அஞ்சு டிக்கெட்டாச்சே. ஐநூறு அனுப்பிச்சா பத்த மாட்டேங்குதே. அதனாலதான் இந்த எக்ஸ்ட்ரா வேலை. இது மட்டுமில்லை. சாயங்காலம் ஆறு மணிக்கு வந்ததும் இதே தெருவுல ஒரு வக்கீல் இருக்கார், அவர் ஆபீஸ் போய் ஒரு மணி நேரம் டைப் அடிச்சிக் கொடுத்துட்டு வருவேன். இருநூத்தம்பது தர்றார். அதையும் பைசா எடுத்துக்காம ஊருக்கு அனுப்பிச்சிடுவேன்."

சரவணனை ஒருவித பெருமிதத்தோடு பார்த்தான் ஜீவா.

"கேக்கறேன்னு தப்பா நினைச்சுக்காதே. உங்கப்பா இன்னும் மாறவே இல்லையா? இன்னும் பொறுப்பு வரலையா அவருக்கு?"

"அதெப்படி வரும்? கிட்டத்தட்ட ஆயிரம் ரூபா மாசா மாசம் அனுப்பி வைக்க பிள்ளை இருக்கிறப்ப இவருக்கு

எதுக்கு பொறுப்பு? இன்னைக்கும் நடுரோட்ல வேட்டி அவுந்தது தெரியாம தண்ணி அடிச்சுட்டு கிடக்காராம். தினம் யாராவது கொண்டு வந்துதான் வீட்ல விடறாங்களாம். தானா திருந்தணும். இல்லை சொல்லித் திருந்தணும். ரெண்டுக்கும் பெப்பேன்னா அந்த ஜென்மமே தேவையில்லைடா. லாரியோ, பஸ்ஸோ அடிச்சிட்டுப் போகட்டும். யாரும் தூக்கிட்டு வர வேணாம்னு நான் ஒரு தடவை வீட்டுக்குப் போயிருந்தப்ப கத்திட்டேன். ஆத்திரத்துல கண்டபடி பேசினாலும் ஒரு பக்கம் அம்மாவை நினைச்சா கஷ்டமா இருக்கு. அவங்க பூவோட, பொட்டோட மங்களகரமாக இருக்கிறதுக்காகவாவது அந்தாளு உயிரோட இருக்கணும்னு நினைக்க வேண்டிருக்கே...”

“அவருக்கு ஏதுடா காசு?”

“அந்தக் கேவலம் எல்லாம் கேக்காதே. சொந்த வீட்லயே திருடறார். வீட்ல ஒரு வெள்ளி சாமான் கூட இல்லை. ஊரெல்லாம் கடன். வாயைத் திறந்தா பொய். ‘பொண்டாட்டி செத்துட்டா. காரியம் பண்ண காசு வேணும்’னு மட்டுந்தான் கேக்கலை அவர். சினிமா தியேட்டர்ல பிளாக்ல டிக்கெட் விக்கறது, மூணு சீட்டு போட்டு ஏமாத்தறது - இப்படி லோ கிளாஸா அத்தனையும் செய்யறார், எனக்கு என்ன பண்றதுன்னே தெரியலை. இந்த லட்சணத்தில போன மச்சான் திரும்பி வந்தான்னு பார்வதி வேற வீட்டுக்கு திரும்பி வந்துட்டா. எழுதியிருந்தேனில்ல?”

“ஆமாம். காரணம் எழுதலை. என்ன ஆச்சு? உடம்பு சரியில்லாம இருந்தாராமா?”

“அதெல்லாம் இல்லை. ஆக்ஸிடெண்ட். புல்லட் எடுத்தா நூறு கிலோ மீட்டர் ஸ்பீடுக்கு குறைச்சு ஓட்றதில்லை. லாரிக்காரன் தேய்ச்சுட்டுப் போயிட்டான்! ரெண்டே மாசந்தான். கட்டின தாலி ஈரம்கூட சரியா காய்ஞ்சிருக்காது... எங்க குடும்பத்துக்குன்னு தனியா சோதனை வரும்டா. விடு! காலைல எதுக்கு என் கதை?”

“முரளியும், செந்திலும் என்ன படிக்கறாங்க?”

"முரளி ப்ளஸ் டூ முடிச்சிட்டு ஒரு மருந்து கடையில வேலைக்குச் சேர்துட்டான். டிகிரி படிடான்னுதான் சொன்னேன். குடும்ப நிலைமையைப் புரிஞ்சிக்கிட்டு அவனே படிக்கலைன்னுட்டான். செந்தில் எட்டாவது படிக்கிறான். அம்மாவுக்குத் துணையா அவங்க ரெண்டு பேரும் இருக்கிற தைரியத்துலதான் நான் மெட்ராஸ்ல கிடைச்ச வேலையை ஏத்துக்கிட்டேன். இல்லைன்னா, கும்பகோணத்திலேர்ந்து இவ்வளவு தூரம் வந்து ஏன் நான் அவதிப்படப் போறேன்?" என்ற சரவணன் ஷேவிங் முடித்து கன்னத்தில் டெட்டால் தடவிக் கொண்டான்.

"நீ முதல்ல குளிச்சிடு. அப்புறம் நான் குளிக்கிறேன்" என்றான் சரவணன்.

"வேணாம். எனக்கு அவசரமா எந்த வேலையும் இல்லை. நீ ட்யூஷன் எடுக்கப் போகணும்ன்னு சொன்னியே... நீயே முதல்ல குளி. நான் கொஞ்ச நேரம் ரிலாக்ஸ் பண்ணிட்டு அப்புறம் குளிக்கிறேன்."

சரவணன் தன் டவல் எடுத்து ஒரு கதவு திறந்து மொட்டை மாடியின் மூலையில் இருந்த குளியலறை நோக்கி நடந்தான்.

ஜீவா மேஜை மேலிருந்த புத்தகங்களைக் கலைத்து 'விவேகானந்தர் சிந்தனைகள்' என்ற புத்தகத்தை எடுத்துக்கொண்டு கட்டிலில் படுத்துக்கொண்டு புரட்டத் துவங்கியபோது,

அறை வாசலில் "எக்ஸ்க்யூஸ் மீ..." என்று பெண் குரல் கேட்டது.

***

17

அத்தியாயம்

"எக்ஸ்கியூஸ் மீ..." என்ற பெண் குரலுக்குத் திரும்பி அறையின் வாசலைப் பார்த்தான் ஜீவா.

அந்தப் பெண் மிடி உடை அணிந்திருந்தாள். முகத்தில் இரண்டு பருக்கள். விழிகள் ஒரு இடத்தில் நிற்காமல் அலைந்து கொண்டிருந்தன.

அறைக்குள் ஒரு புதிய நபரை எதிர்பார்க்காத அதிர்ச்சி உடனடியாக அவள் முகத்தில் பிரதிபலித்தது.

"சரவணன் சார் இல்லையா?..."

"குளிக்கப் போயிருக்கார்."

"நீங்க யாரு?"

"சரவணனோட ஃப்ரெண்டு. உள்ளே வாங்க. உட்காருங்க. குளிச்சிட்டு வந்துடுவான். உங்களுக்கு என்ன வேணும்?"

"இல்லை. ஒண்ணும் வேணாம். என் பேர் ரேவதி. குடும்பத்தோட கோயிலுக்குப் போறாம். நான் டியூஷனுக்கு வரலைன்னு சார்கிட்ட சொல்லிடறீங்களா?"

"சொல்றேங்க" என்றான் ஜீவா.

அந்தப் பெண் உடனே திரும்பி படியிறங்கிப் போனாள். சற்று நேரத்தில் குளித்துவிட்டு இடுப்பில் ஈரத் துண்டுடன் வந்தான் சரவணன்.

"சரவணா... நீ டியூஷன் நடத்தறது வெறும் மேல் வருமானத்துக்காக மட்டுமில்லைன்னு நினைக்கறேன்" என்றான் ஜீவா குறும்பாக.

"வேற எதுக்கு?"

"பச்சைப் பசேல்னு நந்தவனம் மாதிரி இருக்கும் போலிருக்கே உன் டியூஷன்?"

"புரியலையே, நீ என்ன சொல்றே?"

"உன் ஸ்டூடண்ட் ரேவதி இப்ப இங்கே வந்தா."

"போச்சு! வந்து... என்ன சொன்னா?"

"அவ குடும்பத்தோட கோயிலுக்குப் போறாளாம். இன்னைக்கு டியூஷனுக்கு வரல்லையாம். சொல்லச் சொன்னா."

"அவ்வளவுதானே சொன்னா?"

"ஆமாம்."

"வேற எதுவும் சொல்லலையே?"

"இல்லையே..."

"நல்ல வேளை."

"ஏன்?"

"அது என்கிட்ட படிக்கிறதுக்காகச் சேரலை."

"வேற எதுக்கு?"

"அந்தப் பொண்ணு என்னை லவ் பண்ணுதாம். நானும் அவளை லவ் பண்ணணுமாம். எத்தனை வழியா தூண்டில் போட முடியுமோ... அத்தனை வழியிலயும் போட்டுட்டா. இதே தெருவிலதான் இருக்கா. அவங்கப்பா துணிக்கடை வச்சிருக்கார் ராயப்பேட்டையில."

“நீ என்ன சொன்னே சரவணா?”

“இந்த விவகாரம் எல்லாம் நம்மகிட்டே வேணாம்னு கண்டிச்சு சொல்லிட்டேன் ஜீவா.”

“ஏண்டா அப்படிச் சொன்னே?”

“வேற எப்படிச் சொல்றது? எனக்கு இப்ப காதல் ஒண்ணுதான் குறைச்சலா?”

“வேற என்ன குறைச்சல்?”

“காதல் எல்லாம் வாழ்க்கையில் செட்டில் ஆகிட்டவங்களுக்குதான் லாயக்கு ஜீவா!”

சரவணன் எதார்த்தமாகச் சொன்னது, சுருக்கென்றது. ஏதோ தன்னைக் குத்திக்காட்டிச் சொல்வது போல ஒரு குறுகுறுப்பு தோன்றி மறைந்தது.

“ஏன் அப்படிச் சொல்றே? அந்தப் பொண்ணு அழகாத்தானே இருக்கா?”

“நான் இல்லைன்னு சொல்லலையே?”

“எப்படிப் பழகறா? நல்ல குணம்தானே?”

“தங்கமான குணம்தான்.”

“அப்படின்னா... அவளே முன்வந்து, தன் மனசை தொறந்ததுக்கு அப்புறம் உன் மனசில ஒரு சலனம் நிச்சயம் ஏற்பட்டிருக்கணுமே...?”

“நான் மறுத்தனா?”

“அடப்பாவி! அப்படீன்னா... நீயும் அவளை விரும்பறதானே?”

“அது அடி மனசில ஒரு ஓரத்தில இருக்குது.”

“பின்ன ஏன் கண்டிச்சுப் பேசினதா சொன்னே?”

“இப்பதானே சொன்னேன்... காதல் எல்லாம் உனக்கும், எனக்கும் சரிப்பட்டு வராத விஷயங்கள் ஜீவா. மனசுக்குள்ள ரகசியமா ரசிக்கலாம். உள்ளுக்குள்ளயே வெச்சுப் புழுங்கலாம்.

ஆனா... செயல்படுத்த முடியாது. செயல்படுத்த நினைக்கறது தப்பும் கூட!"

"எப்படி?"

"என்னடா நீ... எல்லாத்துக்கும் ஏன், எப்படின்னு வாதம் பண்றே! இப்ப என்னையே எடுத்துக்க... நான் தனி மனுஷன் இல்லை. என்னை நம்பி ஒரு குடும்பம் இருக்கு. என் வருமானம் பத்தமாட்டேங்குது. இந்த நிலைமையில் நான் பாட்டுக்கு, பொறுப்பில்லாம காதல், கல்யாணம்ன்னு சுயநலத்தோட இறங்கிட்டேன்னு வை... அப்புறம் என் குடும்பத்தோட கதி என்னன்னு நினைச்சுப் பாரு! கல்யாணம்ன்னு ஆனப்புறம்... உன் பொண்டாட்டி, உன் புள்ளைன்னு கவனிக்கத்தான் முடியுமே ஒழிய, குடும்பத்து மேல அதிகம் அக்கறை செலுத்த முடியாது."

"அதுக்காக... நீ வாழ்நாள் பூராவும் கல்யாணமே செய்துக்காம இருப்பியா என்ன?"

"அப்படிச் சொன்னேனா என்ன? சமயம் வரும். என் குடும்பம் சீரடையும், எல்லாருக்கும் ஒரு வழி அமையும். அப்ப எனக்கும் அமைஞ்சுட்டுப் போகுது. நானா போய் ஒரு விவகாரத்தை இழுத்து விட்டுக்க வேணாமேன்னு நினைக்கிறேன்."

ஜீவா அமைதியானான். உடை மாற்றிக்கொண்டு தலை சீவிக் கொள்ளும் சரவணனையே பார்த்தான். சற்று ஆச்சரியமாகத்தான் இருந்தது. தன் குடும்பத்தைப் பற்றின பொறுப்புணர்வுடன் துடிக்கும் ஒரு இளைஞனை எங்கே அதிகம் காண முடிகிறது?...

"சரி... உன் விஷயம் சொல்லு" என்றான் சரவணன்.

"எந்த விஷயம்?"

"லெட்டர்ல எழுதியிருந்த விஷயம்."

சரவணன் காதலைப் பற்றி, தன் குடும்ப நிலை பற்றி தற்போது சொன்ன கருத்துக்களைப் பரிசீலனை செய்து கொண்டிருக்கும் நிலையில்... தன் காதலைப் பற்றிப் பேசுவது சற்று அசந்தர்ப்பமாக இருக்குமோ என்று நினைத்தான் ஜீவா.

அந்த வேலை கிடைக்கட்டுமே... கையில் ஆர்டரை வாங்கிய பிறகு பொறுமையாகச் சொல்லலாம்! இல்லாவிட்டால்... வாதம் செய்யத் தொடங்கி விடுவான். 'நீ அந்த ராஜாத்தியை மறந்து விடுவதுதான் நியாயம்' என்று அடித்துப் பேசினாலும் ஆச்சர்யப்படுவதற்கில்லை.

"என்ன முழுங்கறே ஜீவா?"

"வேறென்ன? என் வேலை எப்படியும் உன் முயற்சியால கிடைக்கணும். அதைப் பத்திதான் எழுதியிருந்தேன்."

"அவ்வளவுதானா? அந்த வேலை உனக்கு நிச்சயம் கிடைச்சிடும். சாயங்காலம் நாம ரெண்டு பேரும் போயி... அவரைப் பார்த்துப் பேசுவோம்."

"சரி."

"நான் டியூஷன் போயிட்டு அப்படியே என் ஆபீஸ் போயிடுவேன். சாயங்காலம் வர்றேன். நீ குளிச்சிட்டு ஹோட்டலுக்குப் போயி சாப்பிட்டு வந்து ரூம்லயே இரு. வேற எதுவும் வேணுமா?"

"ஒண்ணும் வேணாம். நீ போயிட்டு வா..." சரவணன் நகர்ந்தான்.

"இப்ப ஒரு இண்லண்ட் லெட்டர் வேணும். இருக்கா?"

"டிராயர்ல இருக்கு. நான் வர்றேன்."

சரவணன் புறப்பட்டுப் போனதும் கதவைச் சாத்திய ஜீவா, குளிப்பதற்குச் செல்வதைக் கூட ஒத்திப்போட்டுவிட்டு... மேஜை டிராயரிலிருந்து இண்லண்ட் கடிதம் எடுத்து வைத்து, 'பிரியமுள்ள என் ராஜாத்திக்கு...' என்று எழுதத் துவங்கினான்.

***

மருது தன் வீட்டின் மாடியில் நாடகத்திற்கு ஒத்திகை பார்க்கும் கூடத்தில் பாய் போட்டுப் படுத்திருந்தான். கண்கள் விட்டத்தை வெறித்து கொண்டிருக்க... சிந்தனை கட்டுப்பாடின்றித் திரிந்தது.

எனக்குத் தெரிந்து வளர்ந்தவள் இந்த ராஜாத்தி. இவளை என் மடியில் உட்கார வைத்துதான் காது குத்தினார்கள். இவள் சமைந்தபோது... முறைமாமன் என்கிற முறையில், நான்தான் ஓலைக் குடிசை போட்டேன். ஊர் முழுக்க 'ராஜாத்தி எனக்குதான்' என்று தம்பட்டம் அடிக்காத குறையாகச் சொல்லிக் கொண்டு திரிந்தேன். மற்றவர்களுக்குச் சொன்னது இருக்கட்டும்... என் மனசுக்குள், 'இவள்தான் என் மனைவி' என்று எத்தனை அழுத்தமாக நினைவை விதைத்திருந்தேன்...! அது வேர்விட்டு கிளைவிட்டு, மரமாக வளர்ந்து நின்ற பிறகு... ஒரே தினத்தில் வெட்டி எறிவதென்றால்?

ராஜாத்தி அந்தப் பையனை நேசித்ததில் தப்பிலை. அவள் மனசுதான் முக்கியம், அது இது என்று தியாக வசனங்களை என் வாய் பேசியதே ஒழிய... மனதிலிருந்து வந்த வார்த்தைகளா அவை?

இல்லை! இல்லை! இல்லை! ராஜாத்தியை என் மனதில் இருந்து அழிக்க முடியும் என்று எனக்குத் தோன்றவில்லை. அவள் எனக்குச் சொந்தமானவள் என்கிற உரிமை, உள்ளத்தில் ஆழமாக உட்கார்ந்திருக்கிறதே! என்ன செய்யப் போகிறேன்?... பெரிய தியாகிபோல, ஞானிபோல அவர்கள் இருவருக்கும் சப்போர்ட்டாகப் பேசினேன். இருவரையும் சேர்த்து வைக்க மாமாவிடம் வாதாடக்கூடச் செய்தேன்...

ஆனால்... ராஜாத்தியை நான்தான் அடைந்தாக வேண்டும் என்கிற துடிப்பு, ஓயாமல் எனக்குள் கடிகாரம் போலத் துடித்துக் கொண்டிருக்கிறதே...

மருது தன் கையில் வைத்திருந்த, சமீபத்தில் நாடகத்தில் ஒரு காட்சிக்கான, தான் எழுதிய வசனத்தைப் பார்த்தான்.

"அமைதியாக, எவருக்கும் தெரியாமல் ஒரு நோக்கத்திற்காகத் தந்திரமாகப் போராடுவதும் கூட புரட்சிதான்! அது சதியாகாது! சாணக்கியத் தனம்! காந்தியின் வழி அது. அபாரமான திட்டங்களை அமைதியான முறையில் சாதித்துக் காட்டியவர்.

சொல்லிச் செய்யாமல், செய்வதற்காக ரகசியமாகப் போராடுவதில் தப்பில்லை..."

"அட! இது நானே எழுதின வசனம்தான்!" மருது அந்த வரிகளை மீண்டும், மீண்டும் படிக்கத் துவங்கினான்.

***

18

அத்தியாயம்

மருது தன் வீட்டு வாசலில் நிறுத்தியிருந்த மோட்டார் பைக்கை சுத்தமாகத் துடைத்துக் கொண்டிருந்தான். அருகில் அவனுடைய நாடகத்தில் நடிக்கும் இளைஞன் சுந்தரம் கைகட்டி நின்று கொண்டிருந்தான்.

"அப்புறம் என்ன ஆச்சு?..." என்றான் மருது.

"டவுன்ல நான் பெரிய டாக்டர், எனக்கு மூணு வீடு இருக்கு, பாங்க்ல பணம் இருக்கு, அது இதுன்னு வாய்க்கு வந்தபடி அவன் பொய் சொல்லியிருக்கான். அவன்தான் சொன்னான்னா என் சித்தாப்பாவுக்கு கொஞ்சமாச்சும் மண்டைல மசாலா வேணாம்! எல்லாத்தையும் அப்படியே நம்பியிருக்கார்."

"அப்புறம்?"

"ஊர்ல பந்தல் போட்டு பத்திரிகை அடிச்சு பெரிசா கல்யாணம் பண்ணிடலாம்னு இவர் சொல்ல, அந்தப் பையன், 'எனக்கு ஆடம்பரம் பிடிக்காது. அமைதியா ஒரு கோயில்ல கல்யாணத்தை வச்சிக்கலாம். வேணும்னா அப்புறம் வேண்டியவங்களுக்கு மட்டும் ஒரு சின்ன

விருந்து வச்சிடுங்க. காசை கரியாக்காதீங்க'ன்னு சொல்லியிருக்கான். அப்பவாவது சந்தேகப்பட்டிருக்க வேணாம்? பெருமாள் மாடு மாதிரி தலையாட்டிட்டாரு. புளியங்கொம்பான இடம் கை நழுவிப் போய்டக் கூடாதாம்!"

"அப்புறம்?"

"என்னமோ கொள்ளையடிக்க புறப்படற மாதிரி ரகசியமா புறப்பட்டுப் போனாங்க. மருதமலைல வச்சி கல்யாணம். கல்யாணம் முடிஞ்சி மெட்ராஸ் போய்ட்டாங்க பொண்ணும் மாப்பிள்ளையும்... போய் நாலாவது நாள் பொண்ணு தந்தி கொடுக்குது உடனே வாங்கன்னு... என்னவோ, ஏதோன்னு அலறி அடிச்சி புறப்பட்டுப் போனார் சித்தப்பா..."

"அப்புறம்?"

"அங்க போனா இவ தாலி ஈரம்கூடக் காயாம மூலைல உக்காந்து அழுதுக்கிட்டிருக்கா. என்னன்னு கேட்டா, ஒவ்வொண்ணா சொல்றா. அவன் டாக்டரும் இல்லை. சொந்த வீடும் இல்லை. எல்லாம் பொய்யி!"

"ஏறி நெஞ்சில மிதிக்க வேண்டியதுதானே ராஸ்கோலை?..."

"பின்ன விடுவாங்களா?... பின்னி எடுத்துட்டாங்க!"

"எதுக்காகப் பொய் சொல்லிக் கல்யாணம் செஞ்சானாம்?"

"அவனுக்கு வேலை வெட்டி ஏதும் இல்லை. ஆனா கல்யாணம் பண்ணிக்கணும்னு ஆசை. எவன் பொண்ணு கொடுப்பான்? கொஞ்சம் வசதியான இடத்தில் சம்பந்தம் பண்ணிட்டா, மாமனார் வீட்ல சுரண்டியே வாழ்க்கையை ஓட்டிடலாமே!... அந்த நோக்கத்தில் திட்டம் போட்டு கழுத்தை அறுத்துட்டான்."

"அடப்பாவமே! கடைசில என்னாச்சு?"

"கல்யாணம் ரத்தாய்டுச்சுன்னு எழுதி கையெழுத்து போடுமான்னு விடிய விடிய பஞ்சாயத்து. அவனும் தப்புதான்னு சொல்லி கையெழுத்து போட்டுத் தர ஒப்புக்கிட்டான். ஆனா என் சித்தப்பா மக பிடிவாதமா ஒத்துக்கலை. 'கஷ்டமோ,

நஷ்டமோ... நான் இவரோடவே வாழ்ந்துடறேன். தாலின்னு ஒண்ணு கட்டிட்டாரு. பொய் சொல்லிக் கட்டியிருந்தாலும் சரி, இல்லைன்னாலும் சரி... தாலிக்கு மரியாதை கொடுத்துதான் ஆகணும். அவர்தான் என் புருஷன்'னு சொல்லிட்டா. அதுக்கப்புறம் யார், என்ன பேச முடியும்? வாயை மூடிக்கிட்டுத் திரும்பி வந்துட்டாங்க."

மருது மௌனமானான். பிறகு கேட்டான். "அதெப்படி சுந்தரம், அந்தப் பொண்ணுக்கு அவன் மேல கோபம் இருக்காதா?"

"இருக்கத்தான் செய்யும்."

"தன்னை இப்படி ஏமாத்தி தாலி கட்டிட்டானேன்னு தீராத ஆத்திரம் இருக்காதா?"

"கண்டிப்பா இருக்கும்."

"பின்னே எப்படி அந்த அயோக்கியனை அவளால ஏத்துக்க முடிஞ்சது?"

"நம்ம பெரியவங்க வழிவழியா போதிச்ச பண்பாடுதான் காரணம். என்ன பைத்தியக்காரியா நடந்திருக்காளேன்னு ஒரு பக்கம் நினைச்சாலும், ஒரு கோணத்தில யோசிச்சா, அவ எடுத்த முடிவு சரிதானோன்னு படுது."

"எப்படிப்பா அது?"

"எல்லாரும் உசுப்பேத்தி விட்டாங்கன்னு அவளும் சத்தம் போட்டு ரகளை பண்ணி கல்யாணத்தை ரத்து பண்ணிட்டு ஊருக்கு வந்து சேர்ந்துடறான்னு வச்சிக்கங்க... அப்புறம் அவளோட நிலைமை என்ன? பத்து நாள் அவனோட வாழ்ந்தாள். அது உறுத்திட்டிருக்கும். ரெண்டாவது கல்யாணம் பண்ணிக்க அந்த மனசு லேசுல சம்மதிக்குமா? அவளே சரின்னா கூட, எத்தனை பேர் முன்வருவான்? வீட்ல மூலைல உட்கார்ந்திட்டிருக்கறதை விட நமக்கு அமைஞ்ச மூர்க்கமான புருஷனோட போராடிப் பார்த்துடலாம்ன்னு அவ முடிவெடுத்தது சரின்னுதான் எனக்குத் தோணுது."

"நியாயம்தான். ஆனா எல்லாப் பொண்ணுங்களுமே இந்த மாதிரி மழுங்கிப் போய்டுவாங்களா? இன்னிக்கு காலம் மாறிப் போச்சுப்பா. போலீஸ்ல புகார் கொடுத்து உள்ளே தள்ளிடுவாங்க!"

"அது விதிவிலக்கான கேஸ் சார். பொதுவா எல்லா பொண்ணுங்களுமே என் சித்தப்பா மகள் எடுத்த முடிவைதான் எடுப்பாங்கங்கிறது என்னோட அபிப்ராயம். கதைகள்லதான் புரட்சி எல்லாம் நடக்குது. நடைமுறை வாழ்க்கைல போராடற குணமுள்ள பொண்ணுங்க ரொம்ப கொஞ்சம் பேருதான் சார். அதிலயும் கிராமத்துப் பொண்ணுங்க எதிர்த்துப் போராட நினைக்கிறதுகூட இல்லை. கல்யாணத்துக்கு அப்புறம் தன் மனசுல உள்ள கற்பனைக்கு கொஞ்சம் கூட பொருத்தமில்லாத சதா கொடுமைப்படுத்துற புருஷனை அடைஞ்ச எத்தனை பொண்ணுங்க சார் கல்யாணத்தை உதறிட்டு வந்துட்டாங்க? எல்லாத்தையும் சகிச்சுக்கப் பழகிடுவாங்க. நீங்க வேணும்னா பாருங்களேன், எண்ணி ஏழே மாசத்தில என் சித்தப்பா மக வயித்தைத் தள்ளிக்கிட்டு வந்து வளைகாப்பு நடத்திக்குவா."

மருது யோசனையுடன் பைக்கைத் துடைக்கத் துவங்கினான்.

"நான் வரட்டுமா சார்? சேலம் வரைக்கும் போகணும். ஒரு கல்யாணம். நாளைக்கு ராத்திரி திரும்பிடுவேன்."

"சரி, போய்ட்டு வாப்பா."

சுந்தரம் புறப்பட்டுப் போனதற்குப் பிறகு நெடுநேரம் அவன் சொன்ன விஷயங்கள் மனதில் அலைந்து கொண்டிருந்தன.

பொய் சொல்லி ஏமாற்றி கல்யாணம் செய்தாலும், பொதுவாக பெண்கள் திருமணத்தை முறித்துக்கொள்ள நினைப்பதில்லை.

ராஜாத்தியை அடைய வேண்டும் என்கிற ஆசை இருக்கிறது. அதற்காக ஏதாவது தந்திரம் வேண்டுமானாலும் செய்யலாம் என்கிற எண்ணம் இருக்கிறது. அப்படி ஏதாவது நாடகமாடி ராஜாத்திக்கு தாலி கட்டிய பிறகு உண்மை தெரிந்து அவள் உறவையே முறித்துக்கொண்டு விட்டால் என்னாவது என்கிற தயக்கம் மட்டும் இருந்தது.

இப்போது அந்தத் தயக்கம் விலகினது போலத் தெரிகிறது. எல்லாப் பெண்களையும் போலதான் ராஜாத்தியும் கிராமத்துப் பெண். நான் அவ கழுத்தில் தாலி கட்டிவிட்டால், அதன் பிறகு என்ன செய்வாள்? அந்த ஜீவா பற்றி தவறாகச் சொல்லி நம்பவைத்து, அதைச் சாதித்தால் அவள் நிலை என்ன? கொஞ்ச நாள் கோபமாக இருப்பாள். பிறகு மாறி விடுவாள்.

நான் என்னைப் பற்றி இல்லாததையும், பொல்லாததையும் சொல்லப் போவதில்லையே... நான் ஒன்றும் தகுதியில்லாத, பொருத்தமில்லாத ஜோடி இல்லையே... ஆனால் ராஜாத்தி கொஞ்ச நாள் என்னை உண்மை தெரிந்து வெறுத்தால் கூட, பிறகு எப்படியும் ஏற்றுக்கொண்டு விடுவாள். ஏற்றுக்கொள்ள வைத்து விடலாம்.

மருதுவின் மனதில் சாத்தான் மிக பலமாக வேதம் ஓதிக் கொண்டிருக்க... அவன் வெகு தீர்மானமான முடிவுக்கு வந்திருந்தான்.

எதைச் செய்தாவது, நான் ராஜாத்தியை அடைந்தே ஆக வேண்டும்.

எதைச் செய்யலாம்? எப்படித் துவங்கலாம்? இனி திட்டங்களைப் பற்றித் தீவிரமாக யோசிக்க வேண்டும்.

மருது துடைத்த துணியை பைக்கின் பெட்டியில் போட்டுவிட்டு நிமிர்ந்தபோது, தபால்காரர் சைக்கிளில் வந்து காலூன்றி நிறுத்தி இரண்டு கடிதங்களைக் கொடுத்து விட்டுப்போனார்.

ஒன்று - மதுரையில் ஒரு நாடக மன்றத்தில் இருந்து வந்திருந்தது. மற்றொன்று இண்லண்ட் கடிதம், 'ராஜாத்தி' என்று போட்டு இவன் கேர் ஆஃப் முகவரி எழுதி வந்திருந்தது. புரட்டிப் பார்க்க, 'ஜீவா, சென்னை' என்று எழுதியிருந்தது.

"மாமா, அவருக்கு உங்க விலாசம் கொடுத்திருக்கேன். என் பேருக்கு தபால் எதுவும் வந்தா, அப்பாவுக்குத் தெரியாம கொண்டு வந்து கொடுக்கணும்..." என்று ராஜாத்தி சொன்னது நினைவுக்கு வந்தது.

மருது சுற்றும், முற்றும் பார்த்துவிட்டு, அந்தக் கடிதத்தை உடைத்துப் பிரித்தான்.

காதல் பொங்க ஜீவா எழுதியிருந்த அந்தக் கடிதத்தை முழுக்கப் படித்தான். இறுதியில் தன் நண்பன் சரவணனின் விலாசம் எழுதி, உடன் பதில் கேட்டுக் கொண்டு, 'ஆயிரம் முத்தங்களுடன், அன்பு ஜீவா' என்று முடிக்கப்பட்டிருந்தது.

இரண்டு வினாடிகள் தான் யோசித்தான் மருது.

உடனே தன் சட்டைப் பாக்கெட்டில் இருந்து லைட்டர் எடுத்து நெருப்பு மொட்டு மலரச் செய்து, கடிதத்தின் கீழ்முனையை அதன் நேர் மேல் பிடித்தான்.

கடிதம் முழுக்க எரியத் துவங்குவதை முகத்தில் ஒரு வன்மத்துடன் பார்த்துக் கொண்டிருந்த மருது, குரல் கேட்டு அதிர்ச்சியுடன் திரும்பினான்.

"என்ன மாமா... எதைப் போட்டு எரிச்சிட்டிருக்கீங்க?..."

ராஜாத்தி இடுப்பில் கை வைத்துக் கொண்டு நின்றிருந்தாள்.

***

19

அத்தியாயம்

“எதைப் போட்டு எரிச்சிட்டிருக்கீங்க?” என்று கேட்டபடி அப்போது ராஜாத்தி அங்கு வருவாள் என்று மருது எதிர்பார்க்கவில்லை.

எரிந்து கொண்டிருந்த அந்தக் கடிதத்தை கீழே போட்டு முழுக்க எரியவிட்டு காலால் தேய்த்தான். “அதை விடு! எவனோ விவஸ்தை கெட்டவன் எழுதியிருக்கான்” என்றான் மருது.

“உனக்கு வந்த லெட்டரா மாமா?”

“ஆமாம்.”

“எரிக்கிற அளவுக்கு அப்படி என்ன எழுதியிருக்கான்? யாரு?”

“பேர் போடலை. முதுகெலும்பு இல்லாத எவனோ கைக்குவந்தபடி எழுதிருக்கான். அதை விடேன். வேற பேசலாம். மாடிக்குப் போகலாம். நான் புதுசா எழுதியிருக்கிற நாடகத்தோட கதையைச் சொல்றேன். எப்படி இருக்குன்னு சொல்லு.”

“சொல்றேன். முதல்ல இதைச் சொல்லு மாமா. என்ன எழுதியிருந்தான்?”

"விடுன்னா விடமாட்டியா? சொன்னா உனக்கு மனசு கஷ்டப்படும். எவனோ உனக்கு வேண்டாதவன் எழுதிருக்கான். கைல கிடைச்சா அவனையே எரிப்பேன், அவன் கிடைக்காததால அவன் எழுதின லெட்டரை எரிச்சேன்."

"என்னைப் பத்தி எழுதியிருந்தானா? அப்ப கண்டிப்பா தெரிஞ்சிதான் ஆகணும். சொல்லு மாமா."

"இந்த விஷயத்தை நீ பெரிசா எடுத்துக்கக் கூடாது ராஜாத்தி. அப்படின்னாத்தான் சொல்வேன். அதாவது அந்தப் பையன் ஜீவாகூட நீ பேசிப் பழகின இல்லையா... அப்ப அவன் உன்னைக் கெடுத்துட்டானாம். நீ முழுகாம இருக்கியாம். அதனாலதான் வேற வழி இல்லாம நான் உன்னை அவனுக்கு விட்டுக் கொடுத்தேனாம். உங்கப்பாவும் அதனாலதான் ஜாதி பத்தி எல்லாம் அக்கறைப்படாம அவனுக்கு கட்டித் தர சம்மதிச்சாராம்."

ராஜாத்தி தன் காதுகளைப் பொத்திக்கொண்டு முகத்தைச் சுளித்தாள்.

"பார்த்தியா, இதுக்குதான் நான் சொல்லலைன்னு சொன்னேன்."

"யாரு இப்படி எல்லாம் அபாண்டமா எழுதினது?"

"அதான் பேர் இல்லைன்னு சொன்னேனே. பேர் போட்டு எழுதற அளவுக்கு தில் உள்ளவனா இருந்தா இதை நேர்லயே பேசுவான் ராஜாத்தி. விடு, விட்டுத் தள்ளு."

"அவர் எவ்வளவு கண்ணியமானவர் தெரியுமா? வேற என்ன எழுதியிருந்தான்?"

"அந்த ஜீவா ஊர் ஊரா இந்த மாதிரி பல பொண்ணுங்களை கல்யாணம் பண்ணிக்கிறதா சொல்லி ஆசைகாட்டி தன் ஆசையை தீர்த்துக்கிட்டு ஓடிடறவனாம். சரியான பொம்பளைப் பொறுக்கியாம்."

"மாமா" என்றாள் முகம் சிவந்த ராஜாத்தி.

"இதுக்குதான் சொல்லலைன்னு சொன்னேன். வீட்ல கிடந்தா யார் கண்ணிலயாவது பட்டுடுமேன்னுதான் நான் படிச்சதும்

உடனே எரிச்சேன். சரியா அந்த நேரம் பார்த்து நீ வந்துட்டே சரி, விடு. ஊர்ல இப்படி ஒண்ணு, ரெண்டு கழிசடைகளும் இருக்கத்தான் செய்யும். இதுக்கெல்லாம் நாம் முக்கியத்துவம் கொடுத்தா நம்ம மனசுதான் அனாவசியத்துக்கு அவஸ்தைப்படும். வா, மாடிக்குப் போய் உக்காந்து பேசலாம்."

"இல்லை மாமா, நான் போறேன். கொஞ்சம் வேலை இருக்கு."

"எதுக்கு வந்தே? எதுக்குப் போறேங்கறே?"

"மெட்ராஸ் போனதும் தபால் போட்றேன்னு சொன்னாரு. தபால் எதுவும் வந்திருந்தா வாங்கிட்டுப் போகலாமேன்னு வந்தேன்."

"உன் ஆர்வம் எனக்குப் புரியாதா. ராஜாத்தி?... லெட்டர் வந்தா நானே எடுத்துட்டு வந்து தரமாட்டேனா? போய்ட்டு வா. இந்த தபால் விஷயம் எதையும் மனசுல வச்சி உருட்டிட்டிருக்காதே. சாயங்காலமா நேரமிருக்கிறப்ப இந்த பக்கம் வா. நாடகம் பத்திப் பேசணும்."

"வர்றேன் மாமா."

ராஜாத்தி நடந்து செல்ல, கரித்தூளாக காற்றில் நகர்ந்து கொண்டிருந்த ஜீவாவின் எரிந்த கடிதத்தைப் பார்த்தான் மருது.

எத்தனை சரளமாக எனக்குப் பொய் சொல்ல வருகிறது! இது ஆரம்பம். இன்னும் நிறைய காரியங்கள் செய்தாக வேண்டும். கிடைக்கின்ற ஒவ்வொரு சந்தர்ப்பத்தையும் பயன்படுத்தியாக வேண்டும்.

இது சதி அல்ல; தந்திரம். வெற்றிக்கான ரகசியப் போராட்டம். தப்பே இல்லை.

***

ஆட்டோ ஓடிக்கொண்டிருந்தது.

சரவணன் வெளியே வேடிக்கை பார்த்துக் கொண்டிருந்தான். ஜீவா நன்றாகச் சரிந்து பின் சீட்டில் சாய்ந்து கண்மூடி மனதுக்குள் கணக்கு போட்டுக் கொண்டிருந்தான்.

'நான் திங்கள் கிழமை போட்ட கடிதம் செவ்வாய் போயிருக்கும். ராஜாத்தி செவ்வாயே பதில் எழுதியிருப்பாள். அது எனக்கு புதன் வர வேண்டும். அல்லது வியாழனாவது வர வேண்டும். இன்றைக்கு வெள்ளி. இன்றைக்கும் அவளிடமிருந்து பதில் இல்லை. ஏன்?'

"அந்த பழக்கடைகிட்ட கொஞ்சம் நிறுத்தப்பா..." என்றான் சரவணன்.

"எதுக்கு?" என்றான் ஜீவா.

"பெரியவங்களைப் பார்க்கப் போறோம். வெறுங்கையோட எப்படிப் பார்க்கறது? ஆறு ஆப்பிள் வாங்கிக்கலாம்."

"அவர் ஊர்லேர்ந்து வந்துட்டரா தெரியுமா?"

"எந்த உலகத்துல இருக்க நீ? என் ஆபீஸ்லேர்ந்து போன் செஞ்சி அவர் கூடவே பேசினேன். 'காலைலதான் ஊர்லேர்ந்து வந்தேன். ஈவினிங் வீட்ல வந்து பாருங்க'ன்னு சொன்னார்னு புறப்படறப்பவே சொன்னேனே... உனக்கு ஞாபகம் இல்லை. இறங்கு. பழம் வாங்கிக்கலாம்."

பழம் வாங்கிக்கொண்டதும், பணம் எடுக்கப்போன ஜீவாவைத் தடுத்து சரவணனே காசு கொடுத்தான். மீண்டும் ஆட்டோ பயணத்தைத் தொடர்ந்தது.

"நீ ஒரு வணக்கம் வைக்கிறதோட நிறுத்திக்கோ. மத்த எல்லாம் நானே பேசிக்கிறேன். புரிஞ்சுதா ஜீவா?"

'சரி' என்று தலையசைத்தான் ஜீவா. ராஜாத்தி ஏன் பதில் எழுதவில்லை? இந்தக் கேள்வியே இப்போதைக்கு அவனுள் பிரதானமாக எழுந்துகொண்டிருந்தது.

அந்த தனி வீட்டு வாசல் கேட்டில் 'நாய் ஜாக்கிரதை' என்று போர்டு இருந்தது. அதனால் கேட்டைத் திறக்காமல் இங்கிருந்தே "சார்" என்று குரல் கொடுத்தான் சரவணன்.

உள்ளே ஜன்னலில் ஒரு பெண் முகம் தெரிந்து மறைந்து, பிறகு முண்டா பனியன் அணிந்த பெரியவர் "வாங்க! நாய் கட்டிப் போட்டிருக்கு..." என்றார்.

இருவரும் கேட்டைத் திறந்துகொண்டு உள்ளே வர, வீட்டின் வரவேற்பறையில் அவர்களை அமரச் சொன்னவர் எதிரே அமர்ந்தார்.

"இவர்தான் நான் சொன்ன என் ஃப்ரெண்டு ஜீவா. ஜீவா, இவர்தான் அசிஸ்டெண்ட் மானேஜர்" என்று சரவணன் அறிமுகம் செய்து வைக்க, இருவரும் கைகுலுக்கினார்கள்.

"இண்டர்வ்யூ கார்ட் வந்ததில்லையா?" என்றார் அவர்.

தயாராய் பாக்கெட்டில் இருந்து எடுத்து நீட்டினான். வாங்கிப் பிரித்தவர், "ஜீவா! பேர் நினைவிருக்கு. ஃபைனல் லிஸ்ட் என் மேஜைக்கு வந்தப்ப, படிச்சது நினைவிருக்கு. மொத்தம் நாப்பத்திரெண்டு பேருக்கு கார்ட் அனுப்பிச்சிருக்கோம். செலக்ட் செய்யப் போறது அஞ்சே பேர்தான்."

"நீங்க மனசு வெச்சா அந்த அஞ்சி பேர்ல ஒருத்தனா இவனை செலக்ட் செய்ய முடியும் சார். உங்கள் வார்த்தைக்கு ஒரு மதிப்பு உண்டுன்னு தெரியும்" என்றான் சரவணன்.

"நாளைக்குத்தானே இண்டர்வியூ? நான் முயற்சி பண்றேன். சொல்லிப் பார்க்கறேன்."

"முடிச்சித் தர்றேன்னு சொல்லுங்க சார். நாலஞ்சி வருஷமா வேலை கிடைக்காம கஷ்டப்பட்றான். இவன் வருமானத்தை நம்பிதான் ஊர்ல இவன் குடும்பமே இருக்குது."

"அதான் முயற்சி பண்றேன்னு சொல்றேனே. சரவணன், கொஞ்சம் உள்ளே வாங்க."

அவர் எழுந்து உள்ளே செல்ல, சரவணன் அவர் பின்னால் சென்றான். இருவரும் உள்ளே மற்றொரு அறைக்கு வந்தார்கள்.

"சரவணன், ஓபனா பேசறேன்னு தப்பா நினைக்கக் கூடாது. என் பொண்ணுக்கு கல்யாணம் வெச்சிருக்கேன். நிறைய பணம்

தேவைப்படுது. இந்த வேலையை கண்டிப்பா என்னால் வாங்கித் தர முடியும். ஆனா உங்க ஃப்ரெண்டு மாதிரி இண்ட்டர்வியூ கார்ட் வந்த வேற ஒருத்தரும் என்னை வந்து பார்த்தார். அவர் பதினைஞ்சாயிரம் தர்றேன்னார். நான் முதல்ல உங்களுக்கு வார்த்தை குடுத்துட்டேன். அதனால அவருக்கு இன்னும் பதில் சொல்லலை. என்னால ஒரு போஸ்ட்டுக்குத்தான் சிபாரிசு செய்ய முடியும். அதை அவருக்குச் செய்றதா, இல்லை உங்க ஃப்ரெண்டுக்குச் செய்றதான்னு குழப்பமா இருக்கு. பொண்ணுக்கு கல்யாணம் வெச்சிருக்கேன். யு ப்ளீஸ் அண்டர் ஸ்டாண்ட் மை ப்ராப்ளம்..."

சில வினாடிகள் மௌனமாக நின்ற சரவணன், "ஒரு பத்து நிமிஷத்துல அவனையும் கலந்துகிட்டு பதில் சொல்றேன் சார்" என்று வெளியே வந்து ஜீவா அருகில் அமர்ந்து காதுக்குள் குசுகுசுத்தான்.

"பதினைஞ்சாயிரமா?" என்று நெஞ்சில் கை வைத்தான் ஜீவா.

"ஷ்... கத்தாதே. ரொம்ப நாசூக்கா கேக்கறார். ஆனா கொடுத்தா கண்டிப்பா காரியம் முடிஞ்சிடும். உனக்கு வேலை நிச்சயம். அதுல சந்தேகமே இல்லை."

"அதெல்லாம் சரி. என்கிட்ட பதினைஞ்சாயிரம் ஏதுப்பா?"

"கைல இருக்காது. ஏதாவது வழி இருக்கான்னு யோசி. எப்படியாவது புரட்டிட முடியாதா? வீட்ல நகை, கிகை ஏதாவது?"

"என்ன சரவணா, என் வீட்டு நிலைமை தெரியாதவன் மாதிரி பேசறே? வீட்ல தங்கம்னு எழுதிப் படிச்சாதான் உண்டு. எந்த கியாரண்டியும் இல்லாம பதினைஞ்சாயிரம் யார்கிட்ட போய்க் கடன் கேக்க முடியும்?"

சில நிமிடங்கள் யோசித்த சரவணன், "கிராமத்தில எனக்கு நிலம் இருக்கு கொஞ்சம். அந்தப் பத்திரத்தை வெச்சி நான் பணம் ஏற்பாடு பண்ணித் தர்றேன். பணத்துக்காக நல்ல வேலையை விட வேணாம். அவர்கிட்ட சரின்னு சொல்லிட்டு வந்துடறேன்" என்று எழுந்தவனைக் கண் கலங்கப் பார்த்தான் ஜீவா.

***

20

அத்தியாயம்

ஆட்டோவில் மீண்டும் அறைக்குத் திரும்பிக் கொண்டிருக்கும் போது சரவணன் சொன்னான், "ரெண்டு நாள் டைம் கேட்ருக்கேன் அவர்கிட்டே ஜீவா."

"எதுக்கு?" என்றான் பாதையோர நடமாட்டத்தை வேடிக்கை பார்த்துக்கொண்டிருந்த ஜீவா.

"அவர் கேட்ட பதினைஞ்சாயிரம் கொடுக்கறதுக்கு."

மௌனமாகத் தலையைத் திருப்பி சரவணனைப் பார்த்த ஜீவா, மறுபடி வெளிப்புறம் பார்த்தான்.

"நீ நாளைக்கு காலைல இண்டர்வ்யூவுக்குப் போ. பிரமாதமா பதில் சொல்லு. மத்தியானம் நம்ம ரெண்டு பேரும் புறப்படலாம். ஊருக்குப் போய் பத்திரத்தை வச்சி பணம் ஏற்பாடு செய்துகிட்டு மறுநாளே திரும்பிடலாம் என்ன சொல்றே?"

ஜீவா அதற்குப் பதில் சொல்லாமல் இருந்தான்.

அவன் முகத்தைத் தன் பக்கம் திருப்பிப் பார்த்த சரவணன், "என்னடா இது கண் கலங்கியிருக்கு? என்ன, சொல்லு?" என்றான்.

"வேணாம் சரவணா."

"என்ன வேணாம்?"

"இந்த வேலை வேணாம். நாளைக்கு இண்டர்வ்யூவுக்கு நான் போகலை."

"என்னடா ஆச்சி உனக்கு? ஏன் இப்படி மடத்தனமா பேசறே?"

"இல்லை சரவணா, இது சரியா வராது."

"பணம்தான் நான் ஏற்பாடு செஞ்சித் தர்றேன்னு சொல்றேனே."

"உன் நிலைமை எனக்குத் தெரியாதா? கொட்டிக் குவிச்சி வச்சிருக்கியா என்ன? வேணாம். சிரமப்படாதே. லஞ்சம், கிஞ்சம் கொடுக்காம வேற ஏதாவது வேலை கிடைக்குதான்னு பார்க்கலாம்."

"அதெல்லாம் பிராக்டிகலா சரியா வராது ஜீவா. இதான் உலகம். இதிலதான் நாம அனுசரிச்சி வாழ வேண்டியிருக்கு. எல்லாருக்கும் தேவைகள் அதிகமாய்டுச்சி. இந்த வேலை உன் படிப்புக்குப் பொருத்தமான வேலை. மூவாயிரத்துக்கு மேலே சம்பளம். உனக்கு வயசும் ஏறிக்கிட்டிருக்கு. வீணா ஒரு நல்ல சந்தர்ப்பத்தைக் கெடுத்துக்கறது முட்டாள்தனம்."

"எல்லாம் சரிடா. பதினைஞ்சாயிரம் நான் திருப்பித் தரணும்ப்பா."

"மாசா மாசம் சம்பளத்தில் இருந்து திருப்பிக் குடு. ஏண்டா நாம எப்படிப் பழகிட்டு இருக்கோம்? ஒரு சிக்கல்ன்னு வர்றப்ப உதவி செய்யலைன்னா எப்படி? என்கிட்டே உதவி கேட்க நீ கூச்சப்பட்டா அதுதான் என்னை அவமானப்படுத்தற மாதிரி. என்னைத் தூரமா வச்சிதான் பார்க்கறேன்னு அர்த்தம்."

"சேச்சே. அதெல்லாம் இல்லை."

"பின்னே ஏன் சும்மா தொணதொணங்கறே! பேசினது பேசினதாகவே இருக்கட்டும். நீ நாளைக்கு இண்டர்வ்யூ அட்டெண்ட் செய். மத்யானம் புறப்பட்டு ஊருக்குப் போகலாம். இதுக்குமேல எதுவும் பேசாதே."

ஜீவாவிற்கு சரவணன் முகத்தை நேரில் பார்ப்பதற்கே ஒருவித கூச்சம் ஏற்பட்டு... திரும்பி, அவன் கைகளை வார்த்தைகள் எதுவும் வராமல் தவிப்புடன் பிடித்துக்கொண்டான்.

“சரவணா... உனக்கு... நான்... எப்படி?...”

“அமைதியா இருடா” என்று அவனைத் தோளோடு அணைத்து ஆறுதல் சொன்ன சரவணன், “இந்த தெருதான், ரைட்ல திரும்பு” என்றான் ஆட்டோ டிரைவரிடம்.

***

தூணில் சாய்ந்து அமர்ந்திருந்தாள் ராஜாத்தி. மாலை வெயிலில் பின்வாசல் கதவின் நீளமான நிழல் அவள் புடவைத் தலைப்பைத் தொட்டுப் பார்த்துக் கொண்டிருந்தது. அருகில் பக்கத்து வீட்டிலிருந்து வந்திருந்த வார இதழ்கள் மூன்றும் அவள் கைபடக் காத்திருந்தன. அவள் விரல்கள் ஒன்று கூடி, பிரிந்துகொண்டிருந்தன.

சென்னை சென்றதும் உடனே தபால் போடுவதாகத் தானே சொன்னார்... ஏன் போடவில்லை?

என்ன காரணம் என்று எழுதிக்கேட்கலாம் என்றால்கூட, அவர் சென்னையில் தங்கும் நண்பரின் விலாசம் தெரியாதே.

போனதும் உடனே எழுதுகிற கடிதத்தில் முகவரி எழுதுகிறேன் என்று சொன்னார். அதன்படி எழுதியிருந்தால் பதில் எழுதலாம்.

என்ன ஆயிற்று அவருக்கு? உடம்பு, கிடம்பு எதுவும் சரியில்லையா? ஆண்டவனே, அப்படி எல்லாம் எதுவும் நடந்திருக்கக் கூடாது. அவர் முழு ஆரோக்கியத்துடன் இருக்க வேண்டும்.

பின் ஏன்? மறதியா? சேச்சே! அவர் என்னை மறப்பதா? சாத்தியமா அது?

யாரிடம் பரிமாறிக்கொள்ள முடியும் இந்த அந்தரங்கமான சங்கடத்தை? மதியம் சாப்பிடும் போதுகூட அப்பா கேட்டார்,

"என்னம்மா, முகம் ஒரு மாதிரி இருக்கு?" என்று. எதை என்று சொல்ல முடியும்?

நான் பாட்டிற்கு என் வேலையைப் பார்த்துக் கொண்டிருந்தேன். புயல் போல வந்து, என்னை ஆக்கிரமித்துக்கொண்டு, எனக்குள் புதிய உணர்வுகளை, புதிய அனுபவங்களை விதைத்துவிட்டுப் போய் சத்தம்போடாமல் இருந்தால் என்ன அர்த்தம்?

ராஜாத்தி பிடிவாதமாக தன் நினைவோட்டத்தைக் கட்டுப்படுத்தி மனதை திசை திருப்ப நினைத்து அந்த வார இதழை எடுத்துப் புரட்டினாள்.

'பொருத்தமான ஜோடி எது?' என்ற தலைப்பில் ஒரு கட்டுரை வெளியாகியிருந்தது.

'வாசகர்களே... நம் இதழும் கிளிக்ஸ் அப் குளிர்பான நிறுவனமும் இணைந்து நடத்திய 'பொருத்தமான ஜோடி' போட்டியில் தேர்வு பெற்ற ஜோடிகளின் புகைப்படங்களை இங்கே தந்திருக்கிறோம்.'

கீழே மூன்று ஜோடிகளின் புகைப்படங்கள் வெளியாகியிருந்தது.

ராஜாத்தியின் மனதில் உடனே அந்தப் புகைப்படங்களில் அவளும், ஜீவாவும் வந்து சிரிக்க... எங்களைவிடப் பொருத்தமான ஜோடி இருக்க முடியுமா? என்று ஒரு பெருமிதக் கேள்வி எழுந்தது.

"அக்கா..." குரல் கேட்டுத் திரும்பினாள் ராஜாத்தி.

மருது வீட்டில் வேலை பார்க்கும் சிறுவன் நின்றுகொண்டிருந்தான்.

"என்னடா?"

"அண்ணன் உங்களைக் கூட்டிட்டு வரச் சொன்னாரு."

"நீ போ. நான் பின்னாலேயே வர்றேன்."

ராஜாத்திக்கு உள்ளுக்குள் உடனே ஒரு எதிர்பார்ப்பு. மதியம் அவரிடமிருந்து தபால் எதுவும் வந்திருக்கலாம். அதைக் கொடுப்பதற்காக மாமா என்னை வரச் சொல்லியிருக்கலாம்.

ராஜாத்தி அவசரமாக முகம் கழுவி, பொட்டு வைத்துக்கொண்டு வீட்டைப் பூட்டி சாவியைப் பக்கத்து வீட்டில் தந்து, "எங்கப்பா வந்தா நான் மருது மாமா வீட்டுக்குப் போயிருக்கேன்னு சொல்லிடுங்க" என்று கூறிவிட்டு நடந்தாள்.

மருது வீட்டுக்கு வரும் வழி முழுவதும் 'தபால் வந்திருக்க வேண்டும் கடவுளே...' என்று மனதிற்குள் நூறு தரமாவது சொல்லிக் கொண்டாள்.

"வாம்மா. மாடில இருக்கான். போ" என்றார் மருதுவின் அப்பா.

படியேறி மாடிக்கு வந்தாள்.

தனது நாடக ஒத்திகை ஹாலின் ஓரத்தில் தனது கணக்குப்பிள்ளை மேஜைக்கு முன் அமர்ந்து நாடக வசனங்கள் எழுதின ஃபைல்களைப் புரட்டிக் கொண்டிருந்த மருது, "வா ராஜாத்தி, உட்காரு" என்றான்.

குளித்து நெற்றியில் அவன் இட்டிருந்த விபூதி இன்னும் உலராமல் பாதி ஈரத்துடன் இருந்தது. மேஜை இடுக்கில் செருகிவைக்கப்பட்டிருந்த இரண்டு ஊதுபத்திகளின் முனைகளில் இருந்து வந்த நெளிபுகை அந்த ஹால் முழுக்க சுகந்தமான வாடையைப் பரப்பிக் கொண்டிருந்தது. மருதுவின் வலது கை ஆட்காட்டி விரலில் ஒரு எலுமிச்சைப் பழம் செருகப்பட்டிருந்தது.

"என்ன மாமா இது கைல?" கேட்டுக் கொண்டே அமர்ந்தாள் ராஜாத்தி.

"நகசுத்திம்மா. விண், விண்ணுன்னு வலிக்குது. ஏதாவது வேலையா இருந்தியா?"

"இல்லை. சும்மாதான் இருந்தேன்" என்ற ராஜாத்திக்கு லெட்டர் ஏதாவது வந்ததா என்று கேட்பதற்குத் தயக்கமாக இருந்தது. வந்திருந்தால் அவராகவே எடுத்துத் தரமாட்டாரா? அமைதியாக இருந்தாள்.

"புதுசா ஒரு நாடகம் எழுதிட்டு இருக்கேன்னு சொன்னேனே, கேக்கறதுக்கு மூடு இருக்கா? சொல்லட்டுமா?" என்றான் மருது.

நிச்சயமாக தபால் வரவில்லை என்பது ராஜாத்திக்குப் புரிந்துபோனது. அதனால் முகத்தில் பரவிய ஏமாற்றத்தை மறைக்க பெரிதும் சிரமப்பட்டாள். நாடகக் கதை சொல்லத்தான் அழைத்தாரா? ச்சே!

ஆனால் அவள் மனதிற்கு ஒரு மாற்றம் தேவை என்பதை உணர்ந்த ராஜாத்தி, "சொல்லு மாமா" என்றாள் உற்சாகத்தை வரவழைத்துக் கொண்டு. மருது செருமி தொண்டையை சரிசெய்து கொண்டு நிதானமாக ஆரம்பித்தான்.

"ஒரு காதல் கதைதான் ராஜாத்தி. ஒரு பொண்ணு. அவளுக்கு ஒரு பையன் லவ் லெட்டர் எழுதறான். ரெண்டு பேருக்கும் லேசான அறிமுகம்தான். அவ வயசு சலனத்தில ஒரு பதில் எழுதிடறா. ஆனா அவளுக்கு காதல், அது, இது எதுவும் சரியா தெரியாது. அந்த சமயத்தில அவளுக்கு வீட்ல கல்யாணம் நிச்சயம் பண்றாங்க. இவளுக்கு அதை மறுக்கணும்னு தோணலை. ஆனா அந்தப் பையன் நேர்ல சந்திச்சி, 'என் லவ் லெட்டருக்குப் பதில் எழுதிருக்கே. அதனால என்னைத்தான் கட்டிக்கணும்'னு சொல்றான். ஏதோ சபலத்தில எழுதிட்டேன். மன்னிச்சுடு, மறந்துடுன்னு சொல்றா. அவன் வெளியூர் போய்டறான். இவளுக்கு கல்யாணம் நடந்துடுது. பிரச்சனை ஒழிஞ்சுதுன்னு நினைச்சிட்டிருக்கிறப்ப அவன் ஒரு தபால் போடறான் இவளுக்கு கல்யாணம் ஆன விஷயம் தெரியாம, அதில உருகி உருகி பதில் போடச் சொல்லி எழுதியிருக்கான். இவ இப்ப எனக்கு கல்யாணம் ஆய்டுச்சி. தயவுசெஞ்சி தொந்தரவு பண்ணாதேன்னு கெஞ்சி எழுதறா. ஆனாலும் அவன் முரட்டுத்தனமா அவ எழுதின லவ் லெட்டரோட வந்து ப்ளாக் மெயில் பண்றான். கடைசில அவ புருஷனே அவனை கூப்பிட்டு, 'எல்லா விஷயமும் என் பொண்டாட்டி சொல்லிட்டா. நான் அவளை நம்பறேன். நீ இனிமேலும் இதில் தலையிட்டா போலீஸ்ல சொல்லி உள்ள தள்ளிடுவேன்'னு சொல்லி அனுப்பிச்சிடறான். இதுதான் கதை!"

"நல்லாதான் இருக்கு" என்றாள் ராஜாத்தி.

"மனசில நல்ல வசனங்கள் வருது. இப்ப பார்த்து விரல்ல நகசுத்தி. ஒரு வார்த்தை கூட எழுத முடியலை."

"நான் வேணா எழுதித் தரட்டுமா? நீ சொல்லு மாமா. நான் எழுதறேன்" என்றாள் ராஜாத்தி.

"ரொம்ப தேங்க்ஸ். எனக்கு கல்யாணமாய்டுச்சின்னு அவ பதில் லெட்டர் எழுதற சீன் இப்ப எழுதணும். பேப்பர் எடுத்துக்கோ" என்றான் மருது உள்ளுக்குள் படபடக்கும் இதயத்தை அடக்கிக் கொண்டு.

***

21

அத்தியாயம்

பேப்பருடன் இருந்த கிளிப்பேடை எடுத்து மடியில் வைத்து, பேனாவைத் திறந்து மூடியைப் பின்னால் செருகிக்கொண்டு, வலது கையின் கண்ணாடி வளையல்களைப் பின்புறம் தள்ளிவிட்டு, "ம், சொல்லு மாமா... எழுதறேன்" என்றாள் ராஜாத்தி.

மருது எச்சில் விழுங்கினான். முன்புறம் விழுந்திருந்த இரட்டைப் பின்னல்களை பின்புறம் விசிறி விட்டுக்கொண்டு, விழிகளில் ததும்பும் ஆர்வத்துடன் அவனைப் பார்த்தாள், "என்னாச்சி? யோசிக்கறியா?"

'ஆமாம் ராஜாத்தி. நான் ஈடுபட்டிருக்கிற இந்த சதி வேலை நியாயமானதுதானா, முறையானது தானா என்று யோசிக்கிறேன். உன் மேல் உள்ள அடங்காத ஆசை, தப்பில்லை என்று தூபம் போட்டுக் கொண்டிருக்கிறது. ஆனாலும் திருவாளர் மனசாட்சி கறுப்பு வக்கீல் கோட் போட்டுக்கொண்டு 'நீ செய்வது மன்னிக்க முடியாத குற்றம்' என்று சுட்டு விரல் நீட்டி வாதிடுகிறது...'

அவள் முகத்தையே பார்த்துக் கொண்டிருந்த மருது, ஒரு தெளிவிற்கு வந்து, கனைத்துக்கொண்டு, "சொல்றேன்" என்றான்.

மருது சொல்லச் சொல்ல ராஜாத்தி சீராக எழுதி முடித்தாள்.

“எங்கே, பார்க்கலாம்.”

அந்தக் காகிதத்தைக் கையில் வாங்கிப் பார்த்தான். மனதிற்குள் ஆரம்பத்தில் இருந்து படித்தான்.

காட்சி எண் : 32

விளக்கம் : ரகுவிற்கு புவனா எழுதின கடிதம் ரகுவின் கையில். (மைக்கில் படிக்கப்பட வேண்டும்.)

அன்புள்ள நண்பருக்கு வணக்கம்.

நண்பர் என்று அழைத்ததில் உங்களுக்கு ஆச்சரியமாய் இருக்கலாம். இன்றைய என் நிலை அதுதான். இப்போது நான் உங்களை அப்படித்தான் நினைக்கிறேன். அப்படித்தான் நினைக்க வேண்டும். அதுதான் முறையும், பண்பாடும் கூட.

இந்த என் கடிதம் உங்களுக்கு குழப்பமாக இருக்கலாம். மனம் திறந்து சொல்கிறேன். உங்கள் மேல் நான் சபலப்பட்டது உண்மை. என் மனதைச் செலுத்தியது உண்மை. உங்கள் நினைவால் அலைக்கழிக்கப்பட்டதும் உண்மை.

ஆனால் விதி என்பது வேறுவிதமாய் தீர்ப்பெழுதக் கூடிய ஒன்று. எனது அப்பா மற்றும் உறவினர்கள் எனக்குத் திருமண ஏற்பாடுகள் செய்தபோது ஊமைக் குயிலாய் என்னால் அழத்தான் முடிந்தது. எதிர்த்து பேசவோ, செய்யவோ முடியவில்லை. என்னை வளர்த்த விதம் அப்படி. நான் வளர்ந்த விதமும் அப்படி.

ஆகவே மணவறையில் தலை குனிந்து ஒரு மௌனப் பாவையாக விழிகளில் கோத்து நின்ற கண்ணீருடன் அமர்வதைத் தவிர எனக்கு வேறு வழி இல்லை. மற்றவர்கள் அதை ஆனந்தக் கண்ணீர் என்றுதான் நினைத்தார்கள்.

எனக்கு மட்டுமே தெரியும். அது உங்களை நினைத்து நான்விட்ட கடைசிக் கண்ணீர். ஆம்! உங்கள் நினைவை என் கழுத்தில் தாலி ஏறின அந்த வினாடியே இறக்கி வைத்துவிட்டேன். திருமணம் என்னும் புனிதச் சடங்கையும், வழிவழியாய் பெண்கள் காத்து வரும் பெருமையையும் நானும் கடைப்பிடிப்பதுதான் முறை, நியாயம், கலாச்சாரம்.

அதனால் உங்கள் மேல் என் மனம் சிறிது நாட்கள் சலனப்பட்டிருந்தாலும், இப்போது என் மனம் நிர்மலமாய் இருக்கிறது... மழை பெய்து முடித்த வானமாய் துல்லியமாய் இருக்கிறது.

இப்போது நான் திருமதி. மற்றொருவர் மனைவி. அந்த ஸ்தானத்தில் உங்களை நான் நண்பர் என்று மட்டுமே அழைக்க முடியும்.

உங்கள் கடிதங்களுக்கு நான் பதில் போடாத காரணம் உங்களுக்கு இப்போது புரிந்திருக்கும். நீங்கள் படித்தவர். பக்குவப்பட்டவர். நாகரீகம் தெரிந்தவர். அதனால் என் நிலையை புரிந்து கொள்வீர்கள் என்று நம்புகிறேன்.

ஆகவே இனி எனது இனிய இல்லற வாழ்வுக்கு இடைஞ்சல் ஏற்படும் வகையில் நீங்கள் கடிதம் எதுவும் எழுதமாட்டீர்கள் என்று நம்புகிறேன். அதேபோல் மறுபடி என்னை நேரில் சந்தித்து பேசவும் முயற்சி செய்ய வேண்டாம். இதுவே நம் இருவருக்கும் உள்ள நட்பின் கடைசி அடையாளக் கடிதமாக இருக்கட்டும்.

நீங்கள் என்னை நேசித்தது உண்மை என்றால், பல உண்மைகளை உடைத்துச் சொல்லியிருக்கும் இந்தக் கடிதத்தைப் படித்தவுடன் எரித்து விடுமாறு கேட்டுக் கொள்கிறேன்.

என் நல்வாழ்க்கைக்கு ஒத்துழைப்பீர்கள் என்ற
நம்பிக்கையுடன்
(உங்கள் அன்புத் தோழி)

குறிப்பு: ஊரைச் சொன்னாலும் பேரைச் சொல்லாதே என்பார்கள். ஒருவேளை இந்தக் கடிதம் வேறு யார் கையிலாவது கிடைத்து பிரச்னைகள் வந்துவிடக் கூடாது என்பதற்காக என் பெயரைக் குறிப்பிடவில்லை.

படித்து முடித்த மருது தனக்குள் சபாஷ் சொல்லிக் கொண்டு, "ராஜாத்தி, உன்னை மாதிரியே உன் கையெழுத்தும் ரொம்ப அழகுதான்" என்றான்.

"கையெழுத்தா முக்கியம்? தலையெழுத்துதான் முக்கியம். அதை மேல இருக்கிறவன் எப்படி எழுதிவச்சிருக்கிறானோ, தெரியலையே."

"என்ன, பாட்டி மாதிரி அலுத்துக்கறே ராஜாத்தி? உனக்கென்ன குறைச்சல்? மெட்ராஸ்ல போய் ஜம்முனு குடித்தனம் நடத்தப்போறே. மனசுக்குப் பிடிச்சவனோட வாழ்க்கை நடத்தறதைவிட வேற என்னம்மா வேணும்?"

"அதெல்லாம் சரிதான். இங்கேர்ந்து போனாரே... போனதிலேருந்து அவர்கிட்டயிருந்து ஒரு லெட்டர் கூட இல்லை!"

சுருக்கென்றது மருதுவுக்கு.

"அப்படியா?" என்றான் புதிய ஆச்சரியத்துடன்.

"ஆமாம். உன் விலாசத்துக்குத் தானே எழுதச் சொன்னேன்... உன்னை வச்சிக்கிட்டுதானே சொன்னேன் மாமா, மறந்துட்டியா?"

"அடடா! ஆமாம். மறந்துட்டேன். வரும்மா. பொறுமையா இரு. போன இடத்திலே என்ன வேலையோ?"

"ஆயிரம் வேலை இருந்தாலும் முதல் வேலையா எனக்கு கடுதாசி எழுதறத்துக்கென்ன மாமா?"

"உன் கேள்வி நியாயம்தான். தபால் எல்லாம்கூட இப்ப ரொம்ப லேட்டா வருது. வந்துடும். இதே மாதிரி தவிப்பு

அந்தப் பையனுக்கும் இருக்காதா என்ன? அவர்கிட்டேயிருந்து வரணும்ன்னு நீ ஏன் காத்துக்கிட்டிருக்கே? நீ ஒரு கடுதாசி எழுதிப்போட வேண்டியதுதானே?"

"மெட்ரஸ்ல அவர் எங்க தங்கியிருக்கார்னு எனக்குத் தெரியாதே. போனதும் விலாசம் எழுதறேன்னு சொல்லிட்டுப் போனாரு" என்று எழுந்துகொண்டாள் ராஜாத்தி.

"என்ன, எந்திரிச்சுட்டே?"

"வேலை இருக்கு மாமா. அப்பா வந்துடுவாரு. வர்றேன். இன்னும் எழுத வேண்டிருக்கா? நாளைக்கு காலைல சமையல் வேலை முடிச்சிட்டு வந்து எழுதித் தர்றேன்."

"சரி" என்றான் மருது.

ராஜாத்தி மாடிப்படி இறங்கிச் சென்றாள். அவளின் கொலுசுச் சத்தம் தேய்ந்து, நின்று போனதும் அந்தக் கடிதத்தை மீண்டும் ஒருமுறை படித்தான்.

எவ்வளவு கச்சிதமாக வடிவமைக்கப்பட்ட வார்த்தைகள்...! ராஜாத்திக்கு 'இது சதி' என்று கொஞ்சம் கூட சந்தேகம் வரவே இல்லை. அதேபோல இந்தக் கடிதத்தைப் படிக்கப் போகிற ஜீவாவுக்கும் சந்தேகம் வரப்போவதே இல்லை!

அந்தக் கடிதத் துவக்கத்தில் 'காட்சி எண், விளக்கம் என்று எழுதப்பட்டிருந்த வரிகளை' மட்டும் மடக்கி ஒரு பிளேடு வைத்து கிழித்த பிசிறு தெரியாமல் கட் செய்து எடுத்து நூறு சுக்கல்களாக கிழித்துக் குப்பைக் கூடையில் போட்டான்.

இப்போது இது நாடக வசனம் இல்லை. நிச்சயமாக ஜீவாவிற்கு ராஜாத்தி எழுதியுள்ள கடிதம். அதுவும் திருமணமான ராஜாத்தி! இந்த கடிதத்துடன் இன்னும் சில இணைப்புகள் பாக்கி இருக்கின்றன.

மருது தனக்குள் சிரித்துக் கொண்டான்.

ஜீவா, ராஜாத்தி மேல் நீ வைத்திருக்கும் காதலை விட, நான் வைத்திருக்கும் காதல்தான் உயர்வானது. ஏனென்றால் என் காதல்தான் ஏதாவது தவறு, தந்திரம் செய்தாவது அவளை அடையத் தூண்டுகிறது.

நீ தோற்கப் போவதற்காக வருந்துகிறேன். என்ன செய்வது? பரிசுக் கோப்பை அல்லவே பெண் பங்கு போட்டுக்கொள்ள!

***

கும்பகோணத்தில் ஜீவாவும், சரவணனும் பஸ்ஸை விட்டு இறங்கியபோது லேசாக மழை தூறிக்கொண்டிருந்தது.

இறங்கியதுமே பஸ் ஸ்டாண்டின் ஷெல்டருக்குள் வந்து நின்றுகொண்டார்கள். மின்சார விளக்குகளில் கொசுக்கள் மோதின.

"மணி என்ன ஆச்சு ஜீவா?"

"பத்தரை"

பஸ் ஸ்டாண்ட் கடைகளில் பல கடைகளை சார்த்திக் கொண்டிருந்தார்கள். வௌவால்களாகத் தொங்கிக்கொண்டிருந்த வார, மாத புத்தகங்கள் தண்டனை முடிந்து கடைக்குள் சென்றன. பழக்கடைகள் வைக்கோல் போர்த்திக்கொண்டு உள்ளே சென்றன.

"மழை இப்ப நிக்கிற மாதிரி தெரியலை. வா, ஒரு ரிக்ஷா பிடிச்சிட்டு போயிடலாம்" என்றான் சரவணன்.

ஜீவா தலையாட்ட, சரவணன் தேடி ஒரு ரிக்ஷாவை அழைத்து வருவதற்குள் ஜீவா அருகில் இருந்த ஒரு பழக்கடையில் ஆறு ஆப்பிள் பழங்கள் வாங்கிக்கொண்டான்.

ரிக்ஷாவில் பயணம் செய்தபோது இரண்டு பக்கங்களிலிருந்தும் சாரல் அடித்து லேசாக நனைத்துக்கொண்டே இருந்தது.

"எதுக்குடா பழம் எல்லாம் வாங்கினே, யாரோ மூணாவது மனுஷன் வீட்டுக்கு வர்ற மாதிரி?"

“ஏதோ தோணிச்சி.”

“அந்த நாலாவது வீடுப்பா. நிறுத்திக்கோ” என்றான் சரவணன்.

இருவரும் இறங்கிக்கொண்டு ரிக்ஷாவுக்கு காசு கொடுத்துவிட்டு திரும்பிய பிறகுதான் கதவில் பூட்டு போடப்பட்டிருப்பதைப் பார்த்தார்கள்.

“வீட்ல ஒருத்தர் கூட இல்லாம இந்த நேரத்தில எல்லாருமா சேர்ந்து எங்க போயிருப்பாங்கன்னு புரியலையே” என்றான் சரவணன் கவலையுடன்.

***

22

அத்தியாயம்

பூட்டியிருப்பதைப் பார்த்து இருவரும் திகைத்து நிற்க, சரவணன் "இரு ஜீவா. நான் பக்கத்து வீட்ல விசாரிச்சிட்டு வர்றேன். சினிமா எதுவும் போயிருக்காங்களோ என்னவோ" என்றான்.

சரவணன் பக்கத்து வீட்டின் கதவைத் தட்டிய சில வினாடிகளில் அந்த வீட்டின் கதவு திறந்து, தூக்கக் கலக்கத்துடன் பார்த்த லுங்கி கட்டிய ஒரு நடுத்தர வயது நபர், "தம்பி நீங்களா...? எப்ப வந்தீங்க?" என்றான்.

"இப்பத்தான் வர்றேன். வீடு பூட்டியிருக்கே. அம்மா, அப்பா எல்லாம் எங்கே போயிருக்காங்கன்னு எதுவும் தெரியுமா? சொல்லிட்டுப் போனாங்களா?"

"உங்களுக்குத் தகவல் தெரிஞ்சிதானே வந்திருக்கீங்க? போன் செய்யணும், தந்தி கொடுக்கணும்னு பேசிட்டிருந்தாங்களே..."

"தந்தியா? என்ன தகவல்? நானும் என் ஃப்ரெண்டும் சாதாரணமா வேற ஒரு வேலையா மத்தியானம் புறப்பட்டு இப்பதான் பஸ்ஸைவிட்டு இறங்கி நேரா வர்றோம். தெளிவா சொல்லுங்க

சார். என்ன சமாச்சாரம்?" சரவணனின் குரலில் லேசான பதட்டம் இருந்தது.

"வந்து... அதை எப்படிச் சொல்றதுன்னு எனக்குப் புரியலை. உங்க குடும்பம் முழுக்க இப்ப நம்ம முத்துலிங்கம் ஆஸ்பத்திரி தெரியுமில்லே, அங்கே இருக்காங்க."

சரவணன் அதிர்ந்து போனான். "ஆஸ்பத்திரியா? யாருக்கு, என்ன உடம்புக்கு? அம்மாவுக்கா? சீக்கிரம் சொல்லுங்க சார். எனக்குப் பதறுது."

"இல்லைங்க. உங்க தங்கைக்குதான் உடம்பு சரியில்லை."

"பார்வதிக்கா? என்ன ஆச்சி?"

"நேர்ல போய் நீங்களே பார்த்துக்கங்க. உங்க அம்மாவை இதமா விசாரிங்க. சொல்லுவாங்க. பதறாம போங்க. நான் சாயங்காலம் கூட ஆஸ்பத்திரில பார்த்துட்டுதான் வந்தேன். இப்ப நல்லா இருக்காங்க. ஒண்ணும் பிரச்சனையில்லை. நீங்க போய்ப் பாருங்க."

அந்த நபர் மறுபடி மறுபடி பீடிகை போட்டே பேசவே, எரிச்சலுற்றுப் பார்த்த சரவணன் ஒரு நன்றிகூட சொல்லாமல் வேகமாக ஜீவாவிடம் வந்தான்.

"ஜீவா, வா. அடுத்த தெருவுல ஒரு ஆஸ்பத்திரி இருக்கு. எல்லாரும் அங்கே இருக்காங்களாம். விவரமா எதுவும் புரியலை. போய்ப் பார்த்தாதான் தெரியும். வா என்னோட..."

ஓட்ட நடையில் விரைந்த சரவணனை, குழப்பத்துடன் ஜீவா தொடர்ந்தான்.

முத்துலிங்கம் ஆஸ்பத்திரியில் இரண்டாவது மாடி, கடைசி அறை என்று விசாரித்துக்கொண்டு அங்கே வந்து பார்த்த சரவணன் திகைத்து நின்றான்.

கட்டிலில் படுத்து உறங்கிக் கொண்டிருந்த தங்கை பார்வதியின் கையில் ஊசி குத்தி அதன் வழியாகச் சொட்டுச் சொட்டாக குளுக்கோஸ் இறங்கிக் கொண்டிருந்தது.

இரண்டு தம்பிகளும் தரையில் படுத்து உறங்கிக்கொண்டிருக்க, ஸ்டூலில் கவலையோடு அமர்ந்து கன்னத்தில் கை வைத்து மகளின் முகத்தையே பார்த்துக் கொண்டிருந்த அம்மா, வாசலில் சப்தம் கேட்டுத் திரும்பி சரவணனைப் பார்த்து வியந்தாள்.

"அம்மா, என்னம்மா இது? பார்வதிக்கு என்ன?"

அம்மா ஒரு விரலை உதட்டின் குறுக்கே வைத்து சப்தம் செய்ய வேண்டாம் என்று ஜாடை காட்டிவிட்டு ஏதோ சொல்ல வாயெடுத்து, அருகில் நின்ற ஜீவாவைப் பார்த்து தயங்கினாள்.

"இவன் என்னோட ஃப்ரெண்டுதான். எதுவும் மென்னு முழுங்காம சொல்லும்மா. அவளுக்கு என்ன பண்ணுது?"

"இப்படி வா சரவணா..."

சரவணன் கையைப் பிடித்து இழுத்துக்கொண்டு அந்த அறையைவிட்டு வெளியேறி வராந்தாவுக்கு வந்து, உடனே அவன் கையில் முகம் புதைத்து விசும்பி, "நான் என்னத்தைச் சொல்றதுடா சரவணா?" என்று உடைந்து போனாள்.

"நீ அப்புறம் அழுதுக்கோ. முதல்ல விஷயத்தைச் சொல்லு."

"சரவணா, தந்தி பார்த்துதானே புறப்பட்டு வர்றே?"

"தந்தி எதுவும் வரலை. நானாதான் புறப்பட்டு வர்றேன்."

"பார்வதி நேத்து ராத்திரி விஷத்தைக் குடிச்சு தொலைச்சுட்டாப்பா."

"என்னது? விஷமா?"

"ஆமாம்."

"எதுக்கு?"

"டெய்லர் கடைக்காரப் பாவி மன்னார்சாமியைத் தான் உனக்குத் தெரியுமே. கொஞ்சம் சிரிச்சிப் பேசுவானா, இவ துணி வாங்க போனப்ப பேச்சு கொடுத்திருக்கான். ரெண்டு நாள் வெளியூர் போயிட்டு வரலாம், வர்றியான்னு கேட்டுட்டான்.

இவ செருப்பால அடிக்காத குறையா சத்தம் போட்டுட்டு வீட்ல வந்து என்கிட்ட சொல்லி அழுதா. சரி, விடுன்னு சமாதானம் சொன்னேன். என் புருஷன் உயிரோட இருந்தா ஒருத்தன் இப்படி ஒரு கேள்வியை கேட்ருப்பானாம்மான்னு பொங்கிப் பொங்கி அழுதா. என்னடி பண்றது, உன் விதி அப்படி ஆய்டுச்சேன்னு ஆறுதல் சொன்னேன். நடு ராத்திரி திடீர்னு அம்மா, அம்மான்னு கத்தினா. என்னடின்னு பதறிப்போய் கேட்டா, மருந்து வாங்கிக் குடிச்சுட்டேங்கறா பாவி! உடனே இங்கே கொண்டாந்துட்டோம். மாத்து மருந்து கொடுத்தாங்க. வாந்தி எடுக்க வச்சாங்க. வயத்தைக் கழுவி விட்டு குளுக்கோஸ் மாத்தி குளுக்கோஸ் ஏத்திக்கிட்டிருக்காங்க...”

அம்மா சொல்லி முடிக்க உறைந்து போன முகத்துடன் அவளையே பார்த்தான் சரவணன்.

“மத்தியானம் மயக்கம் தெளிஞ்சி பார்த்தா. பேசினா. என்னை எதுக்கு காப்பாத்தினீங்கன்னு ஒரே அழுகை. ரகளை பண்ணிட்டா. டாக்டர் வந்து சத்தம் போட்டு அடக்கி தூங்கறதுக்கு ஊசி போட்டார். உனக்கு காலைலயே தந்தி கொடுக்கச் சொன்னேன்...”

“அப்பா எங்கே?”

“ஏண்டா கேக்கறே! கன்னியாகுமரிக்கு டூரிஸ்ட் பஸ் போகுது. கண்டிப்பா போயே தீருவேன்னு அதட்டி உருட்டி என்கிட்டேர்ந்து இருநூறு ரூபா பணம் பிடுங்கிட்டுப் போய் மூணு நாளாச்சி.”

சரவணன் மௌனமாக நின்றான். “டாக்டர் என்னம்மா சொன்னாரு?”

“உடனே தூக்கிட்டு வந்துட்டதால எந்த பயமும் இல்லைன்னுட்டாரு. நாளைக்குக் காலை வீட்டுக்கு அழைச்சிட்டுப் போகச் சொல்லிட்டார்.”

சரவணன் அமைதியாக மீண்டும் அறைக்குள் வந்து உறங்கும் தங்கையைப் பார்த்தான். தொடர்ந்து வந்த அம்மா தூங்கிக்கொண்டிருந்த தம்பிகளை எழுப்பப் போக, தடுத்தான்.

"எழுப்ப வேணாம். தூங்கட்டும். வீட்டு சாவி கொடு. நான் என் ஃப்ரெண்டை வீட்ல தங்க வச்சிட்டு வந்துடறேன். அப்புறம் பேசிக்கலாம்."

சாவிக் கொத்தை வாங்கிக்கொண்டு, "வா ஜீவா" என்று தர்மசங்கடமாக நின்று கொண்டிருந்த ஜீவாவின் தோளில் கைவைத்தான்.

இருவரும் ஆஸ்பத்திரியை விட்டு வெளியேறி வீதியில் நடக்கும்போது "ஒரு மோசமான சூழ்நிலையில நாம வந்துட்டோமே சரவணா? உன் தங்கைக்கு என்ன ப்ராப்ளம்?" என்றான் ஜீவா.

குரல் கம்ம அம்மா சொன்ன விவரங்களை சரவணன் சொல்லி முடித்து, கண்களைத் துடைத்துக் கொண்டான்.

"எனக்கு என்ன சொல்றதுன்னே தெரியலை" என்றான் ஜீவா, "நான் வேணும்னா ஊருக்குப் புறப்படறேன். நீ இருந்து ரெண்டு நாள் கழிச்சி அவங்களுக்கு ஆறுதல் சொல்லி மனசை தேத்திட்டு புறப்பட்டு வர்றீயா?"

"இல்லை. வந்த வேலையைப் பார்த்துட்டே போகலாம் ஜீவா."

"என் விஷயம் இப்ப முக்கியமில்லைடா."

"பார்வதியைக் காப்பாத்திட்டாங்க. ஒண்ணும் பிரச்சனையில்லைன்னு டாக்டர் சொல்லிட்டாராம்..."

"இருந்தாலும் உன் குடும்பத்தில் இந்த சூழ்நிலைல புதுசா ஒருத்தன் வீட்ல இருக்கிறது சங்கடமாக இருக்கும் சரவணா. நான் புறப்படறேன்."

"அப்ப ஒண்ணு செய்யலாம். முதல் வேலையா பத்திரத்தை வச்சு பணம் வாங்கித் தந்துடறேன். எடுத்துக்கிட்டு நீ புறப்படு. நான் ஒரு நாள் தங்கி வர்றேன். சரியா?"

"சரி" என்றான் ஜீவா கனமான மனதுடன்.

***

மணமேடை பூக்களால் அலங்கரிக்கப்பட்டிருந்தது. பூரண அலங்காரத்துடன் தலைநிமிராமல் அமர்ந்திருந்தாள் ராஜாத்தி. அவள் அருகில் பட்டுச் சட்டை, வேட்டியுடன் மணமகனாக அமர்ந்திருந்தான் மருது.

அய்யர் மத்திரம் ஓத, தாலியைக் கையில் வாங்கப் போகும் நேரத்தில்,

"நில்லுய்யா. என் வாழ்க்கைக்கு ஒரு பதில் சொல்லிட்டு அப்புறம் அவளுக்கு தாலியைக் கட்டு" என்று கோபமாக மேடையின் இடது புறத்தில் இருந்து வேகமாக வந்து நின்று கேட்டாள் அவள்.

நாடகம் பார்த்துக் கொண்டிருந்த அத்தனை மகா ஜனங்களும் நாற்காலியில் நிமிர்ந்து அமர்ந்தார்கள்.

மருது கூட்டத்தைப் பார்த்து, பிறகு அவளைப் பார்த்து, "இத பாரும்மா. நீ யாரு? எதுக்காக இப்படி திடீர்னு வந்து கலாட்டா பண்றே?" என்றான்.

"யாருன்னா கேட்டே?" என்ற அந்தப் பெண்ணுக்கு அதற்குமேல் வசனம் மறந்து போய்விட, திரை மறைவில் ஓரமாக வசனக் காகிதங்களுடன் நின்றிருந்த மருதுவின் உதவியாளன் எடுத்துக் கொடுத்தான், "என்னோட பேசிப் பழகினதெல்லாம் மறந்து போச்சா, இல்லை மறந்தது மாதிரி நடிக்கிறியாடா பாவி!"

அதன் பிறகு அந்த நடிகை சுதாரித்துக் கொண்டு அதே வசனத்தைச் சொன்னாள்.

நாடகம் முடிவுற்றதும் ஒப்பனையை கலைத்துக் கொண்டே மருது ராஜாத்தியிடம் சொன்னான்.

"நல்ல வேளை ராஜாத்தி. என் மானத்தை நீ காப்பாத்தினே. உனக்கு என் எல்லா நாடகத்தோட வசனங்களும் மனப்பாடமா தெரிஞ்சிருக்கறது இந்த மாதிரி நெருக்கடியான சமயங்கள்ல எவ்வளவு உதவியா இருக்கு பாரு! என் ஜோடியா நடிக்க

வேண்டியவளுக்கு திடீர்னு சினிமா சான்ஸ் வந்துடுச்சாம்: உதறிட்டு ஓடிட்டா. பிரமாதமா நடிச்சே. நான் வெளியில நிக்கறேன். சேலை மாத்திட்டு புறப்படு. வேன்லயே போய்டலாம்."

மருது நாடக அரங்கைவிட்டு வெளியே வந்து அங்கே காத்திருந்த புகைப்படக்காரனை அருகில் அழைத்தான்.

"என்ன நான் சொன்ன மாதிரி மணமேடையில நானும், ராஜாத்தியும் பக்கம், பக்கமா உட்கார்ந்திருந்ததைப் படம் எடுத்தியா?"

"எடுத்திருக்கேன் சார்."

"நாளைக்குக் காலைல உன் ஸ்டூடியோவுக்கு வந்து நானே படத்தை வாங்கிக்கறேன்."

மருது மனதிற்குள் விஷமமாய் சிரித்துக்கொண்டான்.

***

23

அத்தியாயம்

கும்பகோணத்திலிருந்து திரும்பி அந்த நிறுவனத்தின் உதவி மேனேஜரை வீட்டில் சந்தித்து, தனக்கு வேலை கிடைக்க ஏற்பாடு செய்யக் கேட்டுக்கொண்டு, இரண்டு தினங்கள் கழித்து அலுவலகத்திற்கு வரச் சொல்லியிருந்ததால்...

பஸ்சை விட்டு இறங்கிய ஜீவா, காலையில்தான் அணிந்திருந்த சலவை வெள்ளை பேண்ட் அதற்குள் நிறைய இடங்களில் அழுக்காகிப் போயிருந்தது.

சாலையில் முன்னிரவு மழையின் அடையாள மிச்சங்கள் அங்கங்கே சேறும் சகதியுமாக இருக்க, கவனமாக கால்களை வைத்து மெதுவாக நடந்தான் ஜீவா.

உலகத்தில் உள்ள தனக்குத் தெரிந்த அத்தனை கடவுள்களின் பெயர்களையும் மனம் உச்சரித்துப் பிரார்த்தித்துக் கொண்டிருந்தது.

கடைசி நிமிடத்தில் ஏதாவது குழப்பமோ, குளறுபடியோ நடக்காமல் இந்த வேலை எனக்கு உத்தரவாகியிருக்க வேண்டும்.

இந்த வேலைதான் என் வாழ்க்கைக்கே ஜீவநாடி. அஸ்திவாரக்கல். என் கனவுகளை எல்லாம் நிறைவேற்றி வைக்கப்போகிற அட்சயப் பாத்திரம்.

கையில் வேலைக்கான உத்தரவைக் கொடுத்துவிட்டார்கள் என்றால், முதலில் சரவணன் அறையில் உள்ள பூஜை மாடத்தில் வைத்து சாமி கும்பிட வேண்டும். அடுத்து தெரு முனையில் உள்ள விநாயகருக்கு அர்ச்சனை.

அப்புறம் வேலை கிடைத்துவிட்ட விபரத்தை ராஜாத்திக்கு தந்தி மூலம் தெரியப்படுத்த வேண்டும்.

தந்தியா? எதற்கு? நேரிலேயே ஒரு நடை போய்விட்டு வந்தால் என்ன? ராஜாத்தியைப் பார்த்து நாட்களாயிற்று. என்ன காரணம் என்று தெரியவில்லை இரண்டு கடிதங்களுக்கும் அவளிடமிருந்து பதில் இல்லை.

ஆகவே ஒரு கிலோ ஜாங்கிரி வாங்கிக் கொண்டு இன்று இரவே புறப்பட்டு கோபுரப்பட்டி சென்று ராஜாத்தி, அவள் அப்பா எல்லோரையும் பார்த்து விபரங்களைச் சொல்லிவிட்டு மறுநாள் புறப்பட்டு வர வேண்டும்.

சரவணனையும் உடன் அழைத்துக்கொண்டு சென்றால் என்ன? என் வருங்கால மனைவியை அவனுக்கு அறிமுகப்படுத்திய மாதிரியும் இருக்கும். போகும்போதும், வரும்போதும் பயணத்தின் போது மனம்விட்டு நிறைய விஷயங்கள் பேசலாம்.

இந்த நிமிஷம் வரை அவனுக்கு என் காதல் சமாச்சாரம் தெரியாது. வேலை உத்தரவுக் கடிதத்தைக் காட்டி, ‘உடனே புறப்படு’ என்று அவனை அவசரப்படுத்தி, எங்கே போகிறோம் என்பதையே சொல்லாமல் சஸ்பென்ஸாக வைத்து, பஸ்சில் ஏறி உட்கார்ந்து புறப்பட்டதும் நிதானமாக எங்கள் முதல் சந்திப்பில் துவங்கி எல்லாம் சொல்ல வேண்டும்.

கற்பனைகளோடு சப்வே வழியாகச் சாலையைக் குறுக்கில் கடந்து நடந்த ஜீவா, அந்த நிறுவனத்தின் அலுவலகத்திற்கு லிப்ஃட் உபயோகித்து வந்து சேர்ந்தான்.

விசாரணைப் பகுதியில் அமர்ந்திருந்த இளைஞனிடம் சென்று உதவி மேனேஜரைச் சந்திக்க வேண்டும் என்றான் ஆங்கிலத்தில்.

"உங்கள் பெயர் ஜீவாவா?"

"ஆமாம்."

"உதவி மேனேஜர் ஊரில் இல்லை. ஆனால் நீங்கள் வந்தால் சந்திக்கச் சொல்லியுள்ளார் மேனேஜர். ஒரு நிமிடம்..."

அந்த இளைஞன் உள் தொலைபேசியில் பேசிவிட்டு வைத்து, "ஒரு ஐந்து நிமிடம் காத்திருங்கள். நானே உங்களை அழைத்து அனுமதிக்கிறேன். மேனேஜர் யாருடனோ பேசிக் கொண்டிருக்கிறார்."

மேனேஜர் எதற்காக என்னைச் சந்திக்க விரும்புகிறார்? ஒருவேளை நான் உதவி மேனேஜருக்கு பணம் கொடுத்த விவகாரம் அவருக்குத் தெரிந்துவிட்டதோ?...

பத்து நிமிட நகக்கடிப்புக் காத்திருத்தலுக்குப் பிறகு, அந்த இளைஞன் ஜீவாவை அழைத்து, "வரச் சொல்கிறார். நீங்கள் போகலாம் சார்" என்றான்.

ஜீவா மேனேஜரின் அறைக்குள் கதவைத் தட்டி அனுமதி பெற்று உள்ளே வந்ததும் எச்சில் விழுங்கினான்.

"வாருங்கள் இளைஞரே, உட்காருங்கள்" என்றார் கோல்ட் பிரேமில் கண்ணாடியணிந்த மேனேஜர், ஆங்கிலத்தில்.

லேசான நடுக்கத்துடன் அமர்ந்தான். மேஜை மேல் தயாராய் இருந்த வெள்ளைக் கவரை எடுத்து அவனிடம் நீட்டியபடி, "வாழ்த்துக்கள். இதில் உங்கள் வேலைக்கான உத்தரவு இருக்கிறது. இன்னும் நான்கு தினங்களில் நீங்கள் வேலையில் சேர வேண்டும். நான்கு தின அவகாசம் போதுமல்லவா?"

ஜீவாவுக்குத் தான் அந்தரத்தில் பறப்பது போன்ற உணர்வு ஏற்பட்டது. அவரையே பார்த்துக் கொண்டிருந்த கண்கள் கலங்கித் தளும்பின. முகத்தில் ரத்தம் அவசரமாகப் பாய்ந்து ஜிவு, ஜிவுவென்று ஆகிப்போனது.

நிஜம்தானா? இது கனவில்லையே? தன்னைக் கிள்ளிப் பார்த்துக்கொள்ள வேண்டும் போலிருந்தது. எத்தனை வருட அயராத போராட்டம்!

மேனேஜர் கை குலுக்கிவிட்டு அந்த கம்பெனிக்கு உண்மையாக, விசுவாசமாக உழைக்க வேண்டும் என்று ஐந்து நிமிடங்கள் அறிவுரைகள் சொல்லி, வாழ்த்திய பிறகு புறப்பட்டான் ஜீவா.

அவர் அறையைவிட்டு வெளியே வந்தபோது அவனுக்கு தலைகால் புரியவில்லை. இதே அலுவலகத்தில் வேலை. அதுவுமில்லாமல் தனி அறை. தனக்குக் கீழ் முப்பத்தாறு பேர். மேஜை மேல் போன். மணியடித்தால் வர அட்டெண்டர்கள். பயன்படுத்திக்கொள்ள அலுவலக கார்!

இத்தனை வசதிகளும், சலுகைகளும் நான்தான் அனுபவிக்கப் போகிறேனா? பல சமயம் ஷேவ் செய்துகொள்ளக் கூட மனமில்லாமல் புறப்பட்டு வயல்வெளிகளில் பூச்சி மருந்து பற்றி வெயிலில் தொண்டை கிழிய விவசாயிகளிடம் கத்திக் கொண்டிருந்த எனக்குத்தானா இந்த சொகுசும், சம்பளமும்?

ஜீவா அலுவலகத்தை விட்டு வெளியேறியதும் நேரெதிரில் அந்த ஜவுளிக்கடை கண்ணில் பட்டது.

ராஜாத்திக்கு ஒரு புடவை வாங்கிக்கொண்டு சென்றால் என்ன? நல்ல யோசனைதான். ஆனால் பணம்? அப்பாயிண்ட்மெண்ட் ஆர்டரைக் கையில் வாங்கியதுமே அட்வான்ஸ் கேட்கவா முடியும்?

ஜீவாவிற்கு சிறு வயதில் பயத்திற்காக மந்திரித்து இடுப்பில் கட்டிவிட்ட தங்க தாயத்து நினைவுக்கு வந்தது. ஆள் வளர, வளர அருணாக் கயிற்றை மாற்றி மாற்றி அந்த தாயத்தை தொடர்ந்து அவன் அணிந்து வந்திருக்கிறான். இப்போதும் அது இடுப்பில் இருக்கிறது. அரை பவுன் இருக்கும்.

வாழ்க்கையில் இனிமேல் எனக்கு என்ன பயம்?

ஜீவா விசாரித்து அந்த அடகுக் கடைக்கு வந்தான். அங்கேயே கத்திரிக்கோல் வாங்கி தன் இடுப்புத்தாயத்தை கத்தரித்துக் கொடுத்தான். வட்டி பற்றி பேரமே பேசாமல் நீட்டிய சீட்டில் கையெழுத்திட்டு கொடுக்கப்பட்ட பணத்தை வாங்கிக்கொண்டு ஜவுளிக் கடைக்குப் போனான்.

முந்நூறு ரூபாய்க்குள் ஒரு புடவை எடுப்பதற்குள், கடைக்காரனை படாதபாடு படுத்திவிட்டு, ஆட்டோ பிடித்து சரவணனின் அறைக்குத் திரும்பினான் ஜீவா.

***

அறை பூட்டியிருந்தது.

தன்னிடம் சரவணன் கொடுத்திருந்த மற்றொரு சாவியால் பூட்டைத் திறந்து உள்ளே வந்தான் ஜீவா.

சரவணன் தன் வேலை முடித்து வரும் வரை காத்திருக்க பொறுமையில்லை ஜீவாவுக்கு. சரவணனை அவன் அலுவலகத்திலேயே சென்று சந்திக்கத் தீர்மானித்தான்.

வெள்ளை பேண்ட் மிகவும் அழுக்காகியிருந்ததால், முகம் கழுவி உடை மாற்ற நினைத்து, பேண்டைக் கழற்றி லுங்கியணிந்தான். முகம் கழுவி தலை சீவிக் கொண்டிருந்தபோது, ஜன்னல் வழியாக உள்ளே வீசப்பட்டது

அந்த பெரிய கவர்.

"சார் தபால்..." என்ற குரல் படியிறங்கியது.

அந்தக் கவரில் தன் பெயர் எழுதப்பட்டிருந்ததையும், கோபுரப்பட்டி என்று ஊர் பெயர் மட்டும் அனுப்புவோர் முகவரியில் எழுதப்பட்டிருந்ததையும் பார்த்ததும் மனம் துள்ளியது.

ராஜாத்தி தான்! நிறைய எழுதியிருக்கிறாள். எவ்வளவு கனம்!

ஆர்வத்துடன் கவரைக் கிழித்ததும் உடன் உள்ளேயிருந்து வழுக்கிக் கொண்டு அவன் கையில் வந்து விழுந்தது அந்தக் கலர் புகைப்படம்.

அதில் மணவறையில் மணக்கோலத்தில் ராஜாத்தியும், மருதுவும் அமர்ந்திருப்பதைப் பார்த்ததும் பகீரென்றது. இதயம் படபடப்பு சேர்த்துக்கொண்டது.

அடுத்து ஒரு கல்யாணப் பத்திரிகை. அதைப் பிரிக்க, அதில் ராஜாத்திக்கும், மருதுவுக்கும் திருமணம் என்று அழைத்திருந்தார் ராஜாத்தியின் அப்பா கணேசன்.

கல்யாண தேதி - இரண்டு நாட்களுக்கு முந்தைய கடந்து போன தேதியாக இருந்தது.

அதிர்ச்சி மேல் அதிர்ச்சியாக ஜீவா, நடுங்கும் விரல்களுடன் மூன்றாவதாக இருந்த அந்தக் கடிதத்தைப் பிரித்தான்.

'அன்புள்ள நண்பருக்கு வணக்கம்...'

இது... இது... ராஜாத்தியின் கையெழுத்தே தான்! சந்தேகமே இல்லை.

மேற்கொண்டு படித்தான்.

நண்பர் என்று அழைத்ததில் உங்களுக்கு ஆச்சரியமாக இருக்கலாம். இன்றைய என் நிலை அதுதான்...

... ஆகவே இனி எனது இனிய இல்லற வாழ்வுக்கு இடைஞ்சல் ஏற்படும் வகையில் நீங்கள் கடிதம் எதுவும் எழுதமாட்டீர்கள் என்று நம்புகிறேன். அதேபோல் மறுபடி என்னை நேரில் சந்தித்துப் பேசவும் முயற்சி செய்ய வேண்டாம். இதுவே நம் இருவருக்கும் உள்ள நட்பின் கடைசி அடையாளக் கடிதமாக இருக்கட்டும்...'

கடைசி வரி வரை படித்து முடிப்பதற்குள்ளாகவே ஜீவாவின் விரல்களை விட்டு நழுவி அந்தக் கடிதம் கீழே விழுந்தது.

யார்... என் ராஜாத்தியா எழுதியது? அவளுக்கு... அவளுக்கு... திருமணமாகிவிட்டதா?

ஜீவாவிற்கு நெஞ்சு வலிப்பதுபோல் இருந்தது.

சரிந்து கீழே அப்படியே சுவரில் சாய்ந்து, அமர்ந்தான்.

***

24

அத்தியாயம்

அலைகள் மீண்டும் மீண்டும் தோல்வியுற்றும் உற்சாகம் குறையாமல் கரையை நோக்கிப் படையெடுத்துக் கொண்டிருந்தன. கதிர்கள் அவற்றின் தலைகளில் ஜிகினா குல்லாய் அணிவித்துப் பார்த்துக் கொண்டிருந்தன. முழங்கால் வரை சேலையைத் தூக்கிப் பிடித்தபடி வருகிற அலைகளில் கால் நனைத்து குதூகலித்துக் கொண்டிருந்தனர் அந்தப் பெண்கள். மணல்வெளியில் குழந்தைகள் பிளாஸ்டிக் தட்டை வீசிப் பிடித்து விளையாட, நோஞ்சான் குதிரை ஒன்று மணலைக் கெந்திக் கெந்தி குறுக்கே ஓடியது.

கரையில் இழுத்துப் போடப்பட்டிருந்த அந்தக் கட்டு மரத்தில் முதுகு சாய்த்தமர்ந்து தூரத்தில் மெதுவாகத் தள்ளாடும் மீன் பிடிக்கும் படகுகளைப் பார்த்துக் கொண்டிருத்தான் ஜீவா.

காகிதத்தில் சுற்றின மிளகாய் பஜ்ஜிகளுடன் வந்து அவன் அருகில் அமர்ந்த சரவணன், “எடுத்துக்க ஜீவா, சூடா இருக்கு” என்றான்.

“எனக்கு வேணாம்.”

"இந்த பஜ்ஜி நீ சாப்பிடாம இருக்கிறதால உன் மனசுல உள்ள துக்கம் போய்டும்னு சொன்னின்னா நான் வற்புறுத்தலைப்பா."

ஒரு வெற்றுப் பார்வை பார்த்துவிட்டு ஜீவா, "வாதம் செய்ற மனநிலையில் நான் இல்லை சரவணா. என் நிலைமையை உன்னால சரியா புரிஞ்சுக்க முடியுதா, இல்லையானு எனக்குப் புரியலை" என்றான்.

"நான் என்ன வேற கிரகத்திலேருந்தா வந்திருக்கேன்? உன் மனசு புரியாமையா இருக்கு? ஜீவா, உனக்கு அந்த லெட்டர் வந்து பத்து நாள் ஆச்சி. நீ வேலைல சேர்ந்து ஆறு நாளாச்சி. நான் எதாச்சும் வாயைத் திறந்தேனா சொல்லு."

"இல்லை"

"ஏன் தெரியுமா? சில பாதிப்புகளுக்கு என்னதான் வாய் வார்த்தை ஆயிரம் சொன்னாலும், மனசு மாறாது. ஒரு பத்து நாள் போனா, நீயும் வேலைக்குப் போய்ட்டு வர ஆரம்பிச்சா கொஞ்சம் கவனம் வேற திசைல திரும்பும். அதனாலதான் அமைதியா இருந்தேன். நீ என்னடான்னா, கொஞ்சம்கூட மாறாம அப்படியே இருக்கே..."

"எப்படி மனசு மாறும் சரவணா?..."

"மாறணும். அதுவா மாறலைன்னா மாத்திக்க முயற்சிக்கணும். வாழ்க்கைல சில அதிர்ச்சியான சமாச்சாரங்களை ஜீரணிச்சு பழகணும் ஜீவா. வாழ்க்கை எப்பவுமே எதிர்நீச்சல்தான். நடந்து முடிஞ்சதை சும்மா நினைச்சு உருகக் கூடாது. ரைட்டு, இனிமே என்ன செய்யணும்னு யோசிக்கணும். அதுதான் விவேகம்..."

"முடியலையே சரவணா. அந்த அளவுக்கு ராஜாத்தி மேல என் உயிரையே வச்சிருந்தேன். எவ்வளவு கற்பனைகள், கனவுகள்! திடீர்னு எல்லாத்தையும் அழிக்கறதுன்னா... முடியலைப்பா."

"உன்னை மாதிரியே அந்தப் பொண்ணும் உன்மேல ஆசை வச்சிருந்தது உண்மைதான் ஜீவா. லெட்டர்ல எவ்வளவு தெளிவா தன்னோட இயலாமையை எழுதிருக்கா பாரு! கிராமத்துப்

பொண்ணுப்பா. அப்பா வார்த்தைக்குக் கட்டுப்பட்டவ. ஊர் சொல்லுக்குப் பயப்படறவ. அவளால துணிச்சலா ஒரு முடிவு எடுக்க முடியாது. சிட்டில உள்ள சில பொண்ணுங்க மாதிரி பெட்டியைத் தூக்கிட்டுப் புறப்பட்டு நேரா உன்னைத் தேடி வர்ற தைரியம் அந்தப் பொண்ணுக்கு இல்லை."

"அப்படின்னா என்னை நேசிப்பது பொய்யா?"

"இல்லைதான். அவ என்ன செஞ்சிருக்கணும்னு சொல்றே? பிரச்சனையை அவங்கவங்க கோணத்திலேருந்து பாரு ஜீவா. பெத்து, வளர்த்த அப்பா தற்கொலை பண்ணிப்பேன்னு சொல்றப்ப, ஒரு பொண்ணு புதுசா பழகின ஒருத்தனை அப்பாவைவிட பெரிசா நினைக்க முடியுமா? கிராமத்துக் கட்டுப்பாட்டை மீற முடியுமா?"

"கிராமம், கிராமம்னு சொல்றியே, இதுவே நான் செஞ்சிருந்தா? அவளோட பழகிட்டு இங்க வந்து வேற ஒரு கல்யாணம் நான் பண்ணியிருந்தா விடுவாங்களா அவங்க? லாரில ஆளுங்களைச் சேர்த்துக்கிட்டு வந்துட மாட்டாங்க?"

"உண்மை. சரி, இப்போதைய நிலைமை என்ன? அதைப் பாரு. அந்தப் பொண்ணுக்கு இனிமேதான் கல்யாணம்னு தகவல் வந்திருந்தா, நாமும் பத்துப் பேரோட போய் நியாயம் பேசலாம். கல்யாணம் நடந்து முடிஞ்சிடுச்சி. அந்தப் பொண்ணே கைப்பட விவரமா தன் சூழ்நிலையை விளக்கி எழுதியிருக்கா. இதுக்குமேல என்ன செய்யணும்னு நினைக்கிறே?..."

"எதுவும் செய்ய முடியாதுன்னு புரியறதாலதான் பைத்தியம் மாதிரி புலம்பிட்டு இருக்கேன். வேற என்ன செய்றது? அப்பா சொல்தான் பெரிசுன்னு ஆசைகளை அழிச்சிக்கிட்டு தாலி வாங்கிட்ட ஒருத்தியை, என்னோட வான்னு கையைப் பிடிச்சா இழுக்க முடியும்?"

"முடியாதுன்னு தெரியுதில்ல? கல்யாணம்னு ஒண்ணு ஆனப்புறம் அந்தப் பொண்ணோட வாழ்க்கையில் எந்தவிதத்திலயும் தலையிடறது நாகரிகம் இல்லைன்னு புரியுதில்ல?"

"புரியாம என்ன?"

"பின்னே எதுக்கு இந்த தேவதாஸ் கோலம், சொல்லு? நீ ஷேவ் பண்ணாம, சரியா சாப்பிடாம, சரியா பேசாம விரக்தியா இருக்கிறதால நிலைமை ஏதாவது மாறிடப் போகுதா? அந்தப் பொண்ணு வாழ்க்கைல இனிமே நீ தலையிடறது எப்படி தப்போ, அதே மாதிரி கல்யாணமான பொண்ணோட நீ முந்தி பழகின நிகழ்ச்சிகளை மனசுல நினைச்சிப் பார்க்கிறதும் கூட தப்புதான். அவ புருஷனுக்கு நீ செய்யற மானசீக துரோகம்."

மணலில் அலைந்து கொண்டிருந்த தன் கைகளைத் தட்டிவிட்டு நிமிர்ந்து சரவணனைப் பார்த்தான் ஜீவா.

"என்னை என்ன பண்ணணும்னு சொல்றே?"

"பழைய நினைப்புகள் எல்லாத்தையும் துடைச்சி எறிஞ்சிடு."

"நடக்கிற காரியமில்லை அது"

"சுலபம் ஜீவா. புதுசா நினைப்புகளை பதியவச்சா, பழசு தானா மறைஞ்சிடும்."

"என்ன சொல்றே நீ?"

"ஜீவா... உனக்கு வயசு இருக்கு. வாழ்க்கை இருக்கு. எதுவும் அஸ்தமிச்சுடலை. மூவாயிரம் சம்பளத்தில் நல்ல உத்தியோகம் உன் கைல இருக்கு. நீ ஏன் வேற ஒரு பெண்ணைக் கல்யாணம் பண்ணிக்கக் கூடாது?"

"என்ன பேசறே நீ? என் பொண்டாட்டி ராஜாத்திதான்னு மனசுல பதிஞ்சு போச்சு. இன்னைக்கு அது நடக்கலைங்கறதுக்காக அந்த இடத்தில வேற ஒரு பொண்ணை வச்சிப் பார்க்கிறதா?"

"ஜீவா... இது மேம்போக்கான பதில், ஒரு பொண்ணோ, ஆணோ மனசில யாரை நினைக்கிறாங்களோ அவங்களை மட்டும்தான் கல்யாணம் செஞ்சிக்கணும்னு வச்சிப் பார்த்தா, நூத்துல தொண்ணூறு பேர் கல்யாணமே செஞ்சுக்க முடியாது. ஆழமா யோசி. வாழ்நாள் பூராவும் நான் கல்யாணம் பண்ணிக்காமயே

இருந்துடப் போறேன்னு தயவுசெஞ்சிப் பேத்தாதே. வா, ரூமுக்குப் போகலாம்."

சரவணன் எழுந்து கைநீட்ட, அவன் கை பற்றி எழுந்துகொண்டான் ஜீவா. அவனைத் தோளில் கைபோட்டு அணைத்தவாறு நடத்தின சரவணன் மேலும் அறிவுரைகள் சொல்லத் தொடங்கினான்.

***

வரையப்பட்ட சீன், செட்டிங்குகளை சாக்கு போட்டு கட்டி லாரியில் ஏற்றிக்கொண்டிருந்தார்கள். மருது அதை மேற்பார்வை செய்து கொண்டிருந்தான்.

"அது தெர்மோக்கோல் ஷீட்டில செஞ்ச ஜன்னல்டா. அதை அடில போடறியே முட்டாள், துண்டு துண்டா போயிடும். எல்லாத்தையும் ஏத்திட்டு அதை மேல வை."

லாரி டிரைவர் வீட்டு வாசலில் போடப்பட்டிருந்த கயிற்றுக் கட்டிலில் அமர்ந்து மருதுவின் அப்பாவிடம் பேசிக் கொண்டிருக்க, "என்ன மருது புறப்பட்டாச்சா?" என்று வந்தார் கணேசன்.

"வாங்க மாமா. இன்னும் அரை மணி நேரத்தில புறப்பட வேண்டியதுதான். வண்டியை அனுப்பி வைச்சிட்டு நாங்க மாயவரம் போய் ரயில்ல புறப்படறோம். டிக்கெட் வாங்கியாச்சு..."

"எத்தனை நாளு?"

"ரெண்டே நாள்தான், மெட்ராஸ் பொருட்காட்சில நாடகம் போட வாய்ப்பு கிடைக்கறதே பெரிசு மாமா. ரெண்டு நாள் ரெண்டு நாடகம் போடச்சொல்லியிருக்கிறதே பெரிய மரியாதைதான்."

"எங்கே தங்கிப்பே?"

"போனாத்தான் தெரியும். கமிட்டில ஏற்பாடு செஞ்சிருப்பாங்க. எல்லார்க்கும் உள்ளது நமக்கு. அதில எல்லாம் வீணா பந்தா காமிக்கிறதில்லை நான்."

"இப்படி வா மருது" என்று தனியாக அழைத்து வந்து கணேசன் தயங்கிச் சொன்னார். "ரெண்டு நாளா ராஜாத்தி ஒரே அழுகைதான்..."

"ஏன், என்ன மாமா?"

"அந்தப் பையன் வேலை விஷயமா மெட்ராஸ் போயிட்டு வந்துடறேன்னு சொல்லிட்டுப் போய் மூணு வாரத்துக்குமேல ஆகியும் ஒரு தபால் இல்லைன்னா எப்படி இருக்கும் அவளுக்கு! மாயவரத்தில அந்தப் பையன் தங்கி இருக்கிற ரூமுக்கு ஆள் அனுப்பிப் பார்த்தேன். பூட்டிக் கெடக்காம். மெட்ராஸ் புறப்பட்டு போனதுக்கப்புறம் எந்தத் தகவலும் இல்லைன்னு பக்கத்தில சேதி சொன்னாங்களாம். பேச்சு மட்டும் பெரிய மனுஷத்தனமா பேச தெரிஞ்சுட்டா போதுமா? இப்படியா பொறுப்பில்லாம கிணத்துல போட்ட கல்லு மாதிரி கம்முன்னு இருப்பான் ஒருத்தன்? இவ அழுவதைப் பார்த்தா... ஒரு பக்கம் பாவமா இருக்கு. இன்னொரு பக்கம் எரிச்சலாயிருக்கு. முந்திரிக் கொட்டை மாதிரி அவசர அவசரமா சிரிச்சிச் சிரிச்சிப் பேசிப் பழகிடறாங்க. அப்புறம் அதையே நினைச்சுக்கிட்டு கண்ணைக் கசக்கறாங்க."

"மாமா, அந்தப் பையனைப்பத்தி தப்பா நினைக்க முடியலை. அவன் நினைச்சிப்போன வேலை கிடைச்சிருக்காது. வீம்பா பேசிட்டு வந்துட்டமேன்னு ஒரு பிடிவாதத்துல ஏதாச்சும் ஒரு வேலையைத் தேடிக்கிட்டு தான் தகவல் கொடுக்கணும்னு இருக்கலாம்னு நான் நினைக்கிறேன்..."

"அப்படித்தான் இருக்கணும். நீ மெட்ராஸுக்கு நாடகம்போட கிளம்பறேன்னு கேள்விப்பட்டதும் உன்னைவிட்டு விசாரிக்கலாம்னு சொன்னா. அவளே நேர்ல வந்து உன்கிட்ட சொல்ல ஒரு மாதிரியா இருக்காம்."

"மெட்ராஸ் என்ன சின்ன ஊரா மாமா? எங்கேன்னு போய் தேடறது?"

"இண்டர்வியூவுக்கு வரச் சொன்ன கம்பெனி பேரு ஞாபகம் இருந்து குறிச்சிக் கொடுத்திருக்கா. இந்தா, இங்கே போய் விசாரிச்சுப் பாரேன்..."

ராஜாத்தி எழுதிக்கொடுத்த துண்டுச் சீட்டை வாங்கி சட்டைப் பையில் வைத்துக்கொண்டான் மருது.

"கண்டிப்பா மெனக்கட்டு விசாரிச்சுட்டு வர்றேன். முடிஞ்சா ஆளை கையோட கூட்டிக்கிட்டே வந்துடறேன்னு சொல்லுங்க."

ஜீவா தங்கியுள்ள அவன் நண்பனின் விலாசம் தனக்குத் தெரியும் என்பதால் உண்மையாகவே போய்ப் பார்த்தால் என்ன என்று தோன்றியது மருதுவுக்கு.

அந்தக் கடிதமும், பத்திரிகையும், புகைப்படமும் அவனை மிகப்பெரிய அதிர்ச்சியில் ஆழ்த்தியிருக்கும். நேரில் சந்தித்தால், திட்டப்படி அவன் அந்தக் கடிதத்தை நம்பினானா, அவனுடைய பதில் நடவடிக்கை என்ன என்பதையெல்லாம் தெரிந்துகொள்ள முடியுமே!...

ஜீவாவை சந்திக்கும்போது எப்படிப் பேச வேண்டுமென்று இப்போதே யோசிக்கத் துவங்கினான் மருது.

***

25

அத்தியாயம்

ஜீவா வேலை முடிந்து அலுவலகத்திலிருந்து சரவணின் அறைக்குத் திரும்பியபோது, சரவணன் மொட்டை மாடியில் மூங்கில் நாற்காலி போட்டமர்ந்து கதைப் புத்தகம் படித்துக் கொண்டிருந்தான்.

“என்ன சரவணா? இன்னைக்கு சீக்கிரம் வந்துட்டே போலிருக்கு?” என்றபடி பேண்டில் இருந்து லுங்கிக்கு மாறினான் ஜீவா.

“ஆமாம். உனக்கு ஒரு தபால் வந்திருக்கு ஜீவா. மேஜைமேல் வச்சேன் பாரு.”

ஜீவா மேஜை மேல் இருந்த இன்லண்ட் கடிதத்தில் கையெழுத்தைப் பார்த்ததுமே, அது தன் அம்மா எழுதியதுதான் என்பதைப் புரிந்துகொண்டான்.

கட்டிலில் அமர்ந்து கடிதத்தைப் பிரித்துப் படித்தான்.

அன்புள்ள ஜீவாவுக்கு,

‘உன் அம்மா அனேக ஆசீர்வாதங்களுடன் எழுதிக்கொண்டது. உன் கடிதம் பார்த்து நான் அடைந்த சந்தோஷத்திற்கு அளவே

இல்லை. இப்படி ஒரு நல்ல, நிரந்தரமான உத்தியோகம் கிடைக்க வேண்டுமென்று நீயும் எத்தனை வருடங்களாகப் போராடினாய்! நம் முயற்சியும், பிரார்த்தனையும் வீண் போகவில்லை. நான் உடனே நம் மாரியம்மனுக்கு அர்ச்சனை செய்துவிட்டு வந்தேன். 'என் பிள்ளைக்கு வேலை கிடைச்சிடுச்சி' என்று ஊரில் நான் சொல்லாத ஆளே இல்லை.

இப்படி ஒரு வேலை உனக்கு கிடைக்க, தன் சொத்தை அடகு வைத்து பணம் புரட்டிக் கொடுத்து உதவிய உன் நண்பன் சரவணன் எல்லா வளங்களுடன் சிறப்பாக வாழ வேண்டுமென ஆசீர்வதிக்கிறேன். உனக்கு ஒரு நல்ல உத்தியோகம் கிடைக்கும் வரை துவங்கக் கூடாது என்று வைத்திருந்த ஒரு பேச்சை இப்போது துவங்க நினைக்கிறேன். உனக்கா புரியாது? உன் கல்யாணத்தைதான் குறிப்பிடுகிறேன். உனக்கு ஒரு மனைவி இப்போது அவசரமாகத் தேவைப்படாமல் இருக்கலாம். ஆனால், எனக்கு ஒரு மருமகள் வெகு அவசரமாகத் தேவைப்படுகிறாள். இந்த விஷயத்தில் நீ எந்த மறுப்பும் சொல்லாமல், சாக்குப் போக்குச் சொல்லாமல் பதில் எழுதவும்.

உன் கடிதம் பார்த்த பிறகு உனக்கு இங்கே நமது சொந்தத்தில் பெண் தேட முடிவு செய்துள்ளேன். ஜோதிடரிடம் கொடுத்து உனது ஜாதகம் எழுதி வாங்கி வைத்து விட்டேன். இது குறித்து உடன் பதில் எழுதவும். எப்போது நேரில் வருகிறாய் என்பதையும் எழுதவும்.'

இப்படிக்கு,
உன் அம்மா

கடிதத்தைப் படித்ததும் ஜீவாவின் விழிகளில் கண்ணீர் திரண்டது. மடித்து எடுத்துக்கொண்டு, ஒரு ஸ்டூலுடன் மொட்டை மாடிக்கு வந்து சரவணன் அருகில் அமர்ந்தான்.

"என்ன முகம் ஒரு மாதிரியா ஆய்டுச்சி?" என்றான் சரவணன் படித்துக் கொண்டிருந்த புத்தகத்தில் அடையாள விரல் வைத்துப் புத்தகத்தை மூடியபடி.

ஜீவா பதில் பேசாமல் அம்மாவின் கடிதத்தை எடுத்துக்கொடுத்தான்.

"படிச்சுப் பாரு. எங்கம்மாதான் எழுதினாங்க."

சரவணன் படித்து முடித்துவிட்டு, "இயல்பா ஒரு அம்மாவுக்கு இருக்க வேண்டிய ஆர்வத்தை, ஆதங்கத்தைவிட உங்க அம்மாகிட்ட அதிகமாகவே இருக்கு ஜீவா. என்ன பதில் எழுதப் போற." என்றான்.

"புரியலை" என்றான் ஜீவா.

"என்ன புரியலை?"

"இங்க ஒரு புயல் அடிச்சி ஓய்ஞ்சதை எல்லாம் எப்படி எதறதுன்னு எனக்குப் புரியலை."

"புயல்தான் அடிச்சி ஓய்ஞ்சிருச்சுன்னு நீயே சொல்றியே. அப்புறம் அதை எதுக்காக எழுதி உன் சோகத்தை அவங்களையும் சுமக்க வைக்க ஆசைப்பட்றே?"

ஜீவா மௌனமாகப் பார்த்தான்.

"ஜீவா, ராஜாத்தி விஷயம் நடந்து முடிஞ்சிடுச்சி. அதை எல்லாம் உன் அம்மாவுக்கு எழுதப்போறியா? உனக்கு பொண்ணு பாக்கட்டுமான்னு கேட்டு எழுதிருக்காங்க. அதுக்கு உன் பதில் என்ன? அதைச்சொல்லு..."

"நான் எப்படி சரவணா இன்னொரு பொண்ணை..."

"இதைப்பத்தி நாம பலதடவை பேசிட்டோம். மறுபடி கிறுக்குத்தனமா பேசாதே. வைராக்கியத்துல ஒரு ஆம்பளையைவிட பொம்பளை பல மடங்கு கெட்டின்னு சொல்லுவாங்க. அந்தப் பொண்ணே எல்லாத்தையும் உதறிட்டு அப்பா சொன்னபடி

தாய்மாமனுக்கு கழுத்தை நீட்டிருக்கா. அப்படி இருக்கிறப்ப நீ இன்னும் தயங்கறது வேடிக்கையாதான் இருக்கு."

"சரவணா, ராஜாத்தி செஞ்சது நியாயமில்லைன்னு தெரிஞ்சாக்கூட, இன்னும் என்னால அந்தக் கல்யாணத்தை ஜீரணிக்க முடியல. ராத்திரி படுத்தா நினைப்புகள் சுத்தி சுத்தி வந்து கேள்வி கேக்குது."

"என்னன்னு?"

"என் ராஜாத்தியா இப்படி செஞ்சான்னு... அறிவு நம்பினாக்கூட மனசு நம்பவே மாட்டேங்குது சரவணா."

"அதுக்காக நேர்ல வேணும்னா போய் எப்படிம்மா துரோகம் செய்ய மனசு வந்துச்சின்னு நாலு கேள்வி நறுக்குன்னு கேட்டுட்டு வந்துடுறியா?"

"சரவணா, அது நாகரிகமில்லை. ராஜாத்தி எனக்கு துரோகம் செஞ்சது உண்மைன்னாக்கூட அவ மனசு இப்பக்கூட என்ன தவிப்பு தவிச்சிட்டிருக்கும் தெரியுமா? ரகசியமா புழுங்கிட்டுதான் இருப்பா."

"ரைட்டு. அதுக்காக அவளை ரகசியமா சந்திக்கலாம்னு நினைக்கறியா?"

"டேய்!" சற்று கோபமானான் ஜீவா.

"என்னை என்ன அவ்வளவு மட்டமா நினைச்சியா? மனசு தாங்காம எல்லாத்தையும் உன்கிட்ட மட்டும் புலம்பி தீர்த்துக்கறேன். அவ்வளவுதான். இனிமே அவளைப்பத்தி ஒரு வார்த்தை நான் பேசினா கேளு!"

"வெரி குட் இது ஸ்பிரிட் இப்போ உன் அம்மாவுக்கு என்ன பதில் எழுதப் போறே? அதைச் சொல்லு..."

"குழப்பமா இருக்கு."

"ஒரு குழப்பமும் இல்லை ஜீவா. உங்க இஷ்டம்னு அவங்க மனசு குளிர எழுதிப்போடு. அவங்க பார்க்கற பொண்ணை

கல்யாணம் பண்ணிக்க. சந்தோஷமா இரு. நாளைக்கே எழுதிடு. புரிஞ்சுதா?"

யோசனையுடன் தூரமாகப் பார்த்துக்கொண்டு தலையசைத்தான் ஜீவா.

***

மறுநாள் சரவணன் அறைக்குத் திரும்பி, கதவு திறந்தபோது, இடுக்கு வழியே போடப்பட்டிருந்த கடிதத்தைக் குனிந்து எடுத்துக்கொண்டான்.

தங்கை பார்வதி எழுதியிருந்தாள். பிரித்தான்.

அண்ணனுக்கு,

பார்வதி எழுதியது. நலமா?

'யாரோ தவறான கண்ணோட்டத்தில் பார்ப்பதற்காக உயிரை மாய்த்துக்கொள்வது மடத்தனம்' என்று எனக்கு நீ அறிவுரை சொல்லிச் சென்றாய். போதாததற்கு இனிமேல் தற்கொலைக்கு முயலமாட்டேன் என்று சாமி படம் முன்னால் நிறுத்தி சத்தியமும் வாங்கிச் சென்றாய்.

ஆனால் என் மன அவஸ்தை உனக்குப் புரிகிறதா, இல்லையா என்று எனக்குத் தெரியவில்லை. சாதாரணமாக சாலையில் நடந்து சென்றால், 'டைலர் கடைக்காரன் இவளைத்தான் கூப்புட்டானாம்... அதுக்குதான் இவ மருந்து சாப்புட்டு சாகப் போயிட்டாளாம்' என்று என் காதுபடவே பேசுகிறார்கள்.

அத்தோடு நின்றால்கூடப் பரவாயில்லை.

'சும்மா கூப்புட்டதுக்கே மானம் தாங்காம இந்த காலத்தில யாருமா மருந்து சாப்புடுவாங்க? அவங்களுக்குள்ள வேற ஏதாவது கசாமுசா இருந்திருக்கும். யாருக்குத் தெரியும்?

இவளோ கல்யாணமாகி ஒரே வாரத்தில் அறுத்துட்டு வந்தவ. கலர் இருக்கு. வயசு இருக்கு. அப்புறம் என்ன?'- இது நான் என் காதால் கேட்ட உரையாடல்.

கண்களில் சுரப்பு தீர்ந்துபோய் இப்போதெல்லாம் என் இதயம் மட்டுமே அழுகிறது அண்ணா. என்னை எதற்கு காப்பாற்றினார்கள்? என்னிடம் எதற்கு சத்தியம் வாங்கினாய்? நான்பாட்டிற்கு நிம்மதியாய்ப் போய்ச் சேர்ந்திருப்பேன். சொல் அண்ணா, என்ன இருக்கிறது இனிமேல் எனக்கு வாழ்க்கையில்? எந்த பிடிப்பில், எந்த அர்த்தத்தில் இந்த மாதிரி வசவுகளை எல்லாம் கேட்டுக் கொண்டே என்னை வாழச் சொல்கிறாய்? என் உயிர் வாழ்தலின் அர்த்தம் என்ன?

உனக்குப் புரிந்தால் விளக்கு. ஒரு சிறைக் கைதியாய் இப்போதெல்லாம் வீட்டுக்குள்ளேயே உட்கார்ந்திருக்கிறேன். மனதின் பாரம் தாங்காமல் உனக்கு இந்தக் கடிதத்தை எழுதிவிட்டேன். தவறாய் எதுவும் எழுதியிருந்தால், என்னை மன்னித்து விடு.

உன் தங்கை,
பார்வதி.

மனதைப் பிசைந்த அந்த கடிதத்தை மறுபடி ஒருதரம் படித்துப் பார்த்த சரவணன், தளர்வாய் நாற்காலியில் அமர்ந்தான்.

மனக் குமுறல்களில் நடுவில் என் தங்கை மிக நியாயமான கேள்வியைத்தான் கேட்டிருக்கிறாள். என்ன அர்த்தத்தில் அவளிடம் சத்தியம் வாங்கினேன்? என்ன லட்சியத்தில் அவள் வாழ வேண்டும் என்று ஆசைப்படுகிறேன்?

வயதும், இளமையும் இருக்கும் பார்வதியின் வாழ்க்கைக்கு ஒரு அர்த்தம் அவசியம் தேவை. அது மறுமணமாக மட்டுமே இருக்க முடியும்.

வாசலில் நிழலாட, நிமிர்ந்தான் சரவணன். உள்ளே வந்த ஜீவா, "என்ன சரவணா? அழுதியா என்ன? கைல என்ன லெட்டர்?" என்றான்.

அவன் கேள்விக்குப் பதில் சொல்லாமல் அவன் முகத்தையே பார்த்தான் சரவணன்.

"உன்னைத்தான்ப்பா கேட்டேன்..."

"என் தங்கச்சி எழுதிருக்கா. உனக்குத் தெரியாம, எதையும் நான் ரகசியமா வச்சுக்கறதில்லை. படிச்சுப் பாரு ஜீவா."

ஜீவா வாங்கிப் படித்து முடித்ததும் அவன் முகம் இறுகிப்போனது. மடித்து சரவணன் கையில் அமைதியாகக் கொடுத்தான்.

"அவ கேட்ருக்கறது ரொம்ப நியாயமான கேள்விதானே ஜீவா?"

"வாஸ்தவம், அவங்க ஃபீலிங்ஸ் ரொம்ப நேச்சுரல் சரவணா."

இரண்டு பேரும் சற்று நேரம் அமைதியாக இருந்தார்கள்.

"சரவணா, உன் தங்கைக்கு நீ ஏன் இன்னொரு கல்யாணம் பண்ணி வைக்கக் கூடாது? விதவைகள் கல்யாணம் செய்துக்கறது இப்பல்லாம் சகஜமாய்டுச்சி. இந்த சின்ன வயசில அவங்க வாழ்க்கையை வீணடிக்கறது தப்பு சரவணா. அன்னைக்கு ஆஸ்பத்திரில உன் தங்கையைப் பார்த்ததுமே இந்த நினைப்புதான் எனக்கு வந்தது."

பேசப் பேச ஜீவாவின் முகத்தையே பார்த்துக் கொண்டிருந்த சரவணன் மெதுவாகக்கேட்டான்...

"கேட்டா தப்பா நினைக்காதே ஜீவா, இந்த நிமிஷம் என் மனசுல படுது. அப்படியே கேக்கறேன். என் தங்கச்சிக்கு மறுவாழ்க்கை கொடுக்க உன்னால முடியுமா ஜீவா?..."

***

26

அத்தியாயம்

'என் தங்கைக்கு வாழ்வு தர முடியுமா?' என்று கேள்வி கேட்ட சரவணனும், கேட்கப்பட்ட ஜீவாவும் வெகுநேரம் அமைதியாக இருந்தார்கள்.

சரவணன் ஜீவாவை நெருங்கி, "சாரி ஜீவா, ஏதோ அந்த நிமிஷம் என் மனசில திடீர்னு தோணினதை யோசிக்காம உடனே கேட்டுட்டேன். உன்னை தர்மசங்கடப்படுத்திட்டேன்னு நினைக்கிறேன்" என்றான்.

ஜீவா எதுவும் பேசவில்லை.

"ஜீவா, ப்ளீஸ்... அப்படிக் கேட்டதால தயவுசெஞ்சி என்னை தப்பா நினைச்சிடாதே. இப்படி ஒரு எண்ணத்தை மனசில வச்சிக்கிட்டுதான் வேலைக்குப் பணமெல்லாம் கொடுத்து உதவினான்னு தயவுசெஞ்சி சந்தேகப்பட்டுடாதே. சத்தியமா எனக்கு அப்படியெல்லாம் எந்த உள் நோக்கமும் இல்லை. இன்னைக்கு என் தங்கச்சி எழுதின லெட்டரைப் படிச்சதுக்கப்புறம்தான் அவளுக்கு ஏன் இன்னொரு கல்யாணம் பண்ணி வைக்கக் கூடாதுன்னு யோசனையே வந்தது. நீயும் அதே மாதிரி பேசினதால சட்டுன்னு அப்படிக் கேட்டுட்டேன்."

“நீ கேட்டதில தப்பு எதுவும் இல்லையே சரவணா?” என்றான் ஜீவா.

“இல்லை ஜீவா. நான் அப்படி அவசரப்பட்டு கேட்டு உன்னைக் குழப்பியிருக்கக் கூடாது. இது பெரிய விஷயம். இன்னைக்கு ஒரு விதவையை கல்யாணம் செஞ்சிக்க முன்வர்றவங்க ரொம்ப கம்மி. அப்படியும் வர்றவங்க வயசானவங்களா, இல்லைன்னா சொத்துக்கு ஆசைப்பட்டு வர்றதுண்டு. நீ வயசானவனும் இல்லை. என் தங்கச்சிக்கு சொத்தும் எதுவும் இல்லை. இது ரெண்டைவிட்டா இன்னொரு வகை உண்டு. ஏதாவது குறை உள்ளவங்க முன்வரலாம். உன்கிட்ட எந்தக் குறையும் இல்லை. இப்படி எல்லாம் இருக்கிறப்ப, எந்த அடிப்படையில் சடக்குன்னு அப்படி கேட்டுத் தொலைச்சேன்னு எனக்கே புரியலை. ஐம் ஸாரி ஜீவா. என்னை மன்னிச்சுடு. நான் கேட்டதை மறந்துடு” என்றான் சரவணன் ஜீவாவின் கைகளைப் பிடித்துக்கொண்டு.

“இல்லை சரவணா... இப்ப நீ ஸாரி கேக்கறதுதான் ஒருமாதிரியா இருக்கு. விடேன். நீ கேட்டதில தப்பில்லை. நான் யோசிக்கிறதிலயும் தப்பில்லை.”

“இல்லை ஜீவா. உன் சொந்தத்தில் உன் அம்மா பார்க்கிற பொண்ணைக் கட்டிக்கிட்டு நீ சந்தோஷமா இருக்கணும். நான் கேட்டதை தயவுசெஞ்சி யோசிக்க வேண்டாம்” என்று கூறிவிட்டு வேகமாக வெளியே சென்றான் சரவணன்.

அவன் தங்கை எழுதின அந்தக் கடிதம் மேஜை மேல் காற்றில் தத்தித் தத்தி கீழே விழ இருந்த சமயம், அதைப் பிடித்த ஜீவா மேஜை மேல் வைத்து, அதன் மேல் ஒரு புத்தகத்தை வைத்தான்.

***

இரவு விளக்கு எரிந்துகொண்டிருந்தது. அதற்கு அவசியமின்றி ஜன்னல் வழியாக நிலா வெளிச்சம் அந்த அறையை அதிக வெளிச்சத்தில் நனைத்துக் கொண்டிருந்தது.

உறங்கிக் கொண்டிருந்த சரவணன் தன்னை யாரோ தட்டி எழுப்புவதை உணர்ந்து, புரண்டு, மசமசப்பாய்ப் பார்த்து, பிறகு எழுந்து உட்கார்ந்து கொண்டு, "என்ன ஜீவா?" என்றான்.

ஜீவா கட்டிலில் அவன் அருகில் அமர்ந்தான்.

சரவணன் எதுவும் புரியாமல் டைம்பீசைப் உற்றுப்பார்த்து, "மணி ரெண்டாகுது. தூங்கலை நீ? என்ன விஷயம் ஜீவா?" என்றான்.

"சரவணா..."

"சொல்லு."

"நான் உன் தங்கச்சியைக் கல்யாணம் பண்ணிக்கலாம்னு முடிவு செஞ்சிருக்கேன். உனக்கு சம்மதம்தானே?" என்றான் அமைதியாக.

பேச்சு வராமல் வாயடைத்துப் போனான் சரவணன்.

"ஜீவா, நான்தான் நான் கேட்டதையே மறந்துடுன்னு சொன்னேனே?..."

"எதுக்கு மறக்கணும் சரவணா? நீ கேட்டதில தப்பே இல்லை. நான் முடிவெடுக்க இவ்வளவு நேரம் எடுத்துக்கிட்டதுதான் தப்பு. நீ எனக்கு வேலை வாங்கிக் கொடுத்ததால், அதுக்கு நன்றிக் கடனா இந்த முடிவுக்கு வந்ததா எடுத்துக்காதே. உன் தங்கை மேல ஏற்பட்ட பரிதாபம் மட்டும்கூட காரணமில்லை. இதில சுயநலமும் அடங்கியிருக்கு சரவணா. எனக்கு எப்படியாவது ராஜாத்தியை மறந்தாகணும். அதேசமயம் என் மனைவியா வர்ற பொண்ணுகிட்ட என் காதலை மறைக்கிறதில எனக்குச் சம்மதமில்லை. என் மனசுல உள்ள தவிப்புகளை மத்த பொண்ணுங்களை விட, கல்யாணமாகி ஒரு வாரம்னாலும் அந்த ஒரு வாரத்தில புருஷன் மேல அன்பு செலுத்தியிருக்கிற உன் தங்கையால நல்லா புரிஞ்சுக்க முடியும். நீ சொன்னியே, விதவையை கல்யாணம் செய்துக்க முன் வர்றவங்ககிட்ட எதாச்சும் குறைபாடு இருக்கும்னு. எங்கிட்டேயும் அது இருக்கு. என் மனசை

ஏற்கனவே ஒருத்திகிட்ட தொலைச்சிட்டு நிக்கறனே... அதனால, உன் தங்கச்சிக்கு வாழ்க்கை கொடுக்கிற நேரத்தில எனக்கும் வாழ்க்கை கொடுத்துக்கறதாத்தான் நான் நினைக்கிறேன்."

ஜீவா அமைதியாகப் பேசப் பேச, சரவணனின் கண்களில் கண்ணீர் வழியத் தொடங்கிது.

"ஜீவா, உங்கம்மாவை ஒரு வார்த்தை..."

"வேணாம். அவங்க எதுவும் சொல்லமாட்டாங்க. உன் தங்கச்சிக்கு இஷ்டமான்னு மட்டும் கேட்டுக்கோ... போதும்."

சரவணனுக்கு, தனக்கு ஏற்பட்டிருப்பது அதிர்ச்சியா, மகிழ்ச்சியா என்று இனம் கண்டுகொள்ள முடியவில்லை. விரல்கள் நடுங்க, ஜீவாவை அணைத்துக்கொண்டான்.

***

சென்னை வந்து இரண்டு தினங்களாக யோசனையிலேயே ஒத்திப்போட்டு வந்த மருது தீர்மானித்தான்.

ஜீவாவை அவன் தங்கியிருக்கும் நண்பனின் விலாசத்தில் சென்று சந்திப்பது. அவன் தற்போது என்ன மனநிலையில் இருக்கின்றான் என்பதைத் தெரிந்துகொள்வது. பிறகு ஊர் போய் தனக்குச் சாதகமாக அதை மாற்றி எப்படிச் சொல்ல வேண்டுமோ அப்படிச் சொல்வது.

மருது மணிக்கட்டில் மணி பார்த்தான். மாலை நாலு பத்து.

இரவு ஏழு மணிக்குத்தான் தீவுத் திடலில் பொருட்காட்சி அரங்கத்தில் நாடகம். நாடகம் முடிந்ததும் இரவே ஊர் புறப்பட வேண்டியதுதான். அதனால் ஏழு மணிக்குள் போய்விட்டு வந்தால்தான் உண்டு.

மருது தனது உதவியாளனை அழைத்தான். "நீங்க எல்லாரும் ஆறு மணிக்கெல்லாம் புறப்பட்டு பொருட்காட்சி திடலுக்கு போய்டுங்க. எனக்கு ஒரு சின்ன ஜோலி இருக்கு,

போய்ட்டு ஆறறை மணிக்குள்ள நேரா அங்க வந்து மேக்கப் போட்டுக்கறேன்."

"சரிங்கண்ணே." மருது ஏற்கனவே ரகசியமாய் எழுதி வைத்திருந்த ஜீவாவின் விலாசக் காகிதத்தை எடுத்து சட்டையில் வைத்துக்கொண்டு தங்கியிருந்த அறையைவிட்டு புறப்பட்டான்.

ஒரு ஆட்டோ அமர்த்திக்கொண்டு, விசாரித்து வந்து சேரும்போது ஐந்து மணியாகிவிட்டது.

கதவைத் தட்டி காத்திருந்த வினாடிகளில் பதட்டம் மனதிற்குள் வந்து வந்து விலகியது.

கதவைத் திறந்தான் சரவணன்.

"என்ன வேணுங்க?"

"ஜீவா சார் இல்லையா? அவரை பார்க்கணும் நான். கோபுரப்பட்டியிலருந்து வர்றேன். என் பேர் மருது."

அவன் தன் பெயரைச் சொன்ன பிறகுதான் திருமண புகைப்படத்தில் பார்த்திருந்த முகத்தை சரவணனால் அடையாளம் கண்டுகொள்ள முடிந்தது.

'இவன்தான் ராஜாத்திக்குத் தாலி கட்டிய முறைமாமனா? எதற்காக இப்போது வந்திருக்கிறான்?'

"வாங்க, உள்ளே வாங்க. ஜீவா இன்னும் ஆஃபீஸ்லேர்ந்து வரலை. வந்துடுவான். நான் அவன் ஃப்ரெண்டு சரவணன்."

உள்ளே வந்து நாற்காலியில் அமைதியாக அமர்ந்தான் மருது. சரவணன் அவன் எதிரில் அமர்ந்தான்.

"ஜீவா என்னோட ரொம்ப நெருக்கமான ஃப்ரெண்டு. எல்லா விஷயமும் என்கிட்ட சொல்லிருக்கான். சமீபத்துல உங்களுக்குக் கல்யாணம் நடந்திச்சி இல்லையா?" என்றான் சரவணன்.

"ஆமாம். எதையும் மறைக்காமத்தான் சொல்லிருக்கார்." என்று சற்றே தயங்கிய மருது, "என் மனைவி ராஜாத்தி என்கிட்ட அனுமதி வாங்கிக்கிட்டு ஜீவா சாருக்கு விளக்கமா ஒரு லெட்டர்

எழுதியிருந்தா. அந்த லெட்டர் வந்திருக்கணும், அதைப்பத்தி உங்ககிட்ட சொல்லியிருக்கணும்..."

"ஆமாம். சொன்னான். உங்க கல்யாண பத்திரிகை, ஃபோட்டோ எல்லாம் காட்டினான். ரொம்ப நொறுங்கிப் போய்ட்டான். இப்பதான் மனசை கொஞ்சம் கொஞ்சமா மாத்தறதுக்கு முயற்சி பண்ணிட்டிருக்கான். என்ன விஷயமா நீங்க அவனைப் பார்க்க வந்தீங்க? என்கிட்ட சொல்லலாம்னா சொல்லுங்க."

"பெருசா எதுவும் இல்லைங்க. நான் மெட்ராசுக்கு நாடகம் போடறதுக்காக வந்தேன். ஜீவா சாரும், ராஜாத்தியும் மனசுவிட்டுப் பழகினாங்க. அவங்க கல்யாணத்தை நானே நடத்தி வைக்கிறதாதான் சொல்லியிருந்தேன். ஆனா அங்கே ராஜாத்தியோட அப்பாவுக்கு இஷ்டமில்லை. அவருக்கு ராஜாத்தியை எனக்கு கட்டிக்கொடுக்கணுமின்னு ஆசை. ராஜாத்திகிட்ட பதமா சொல்லிப் பார்த்தாரு. எடுபடலை. ஒப்புக்கலைன்னா தூக்கு போட்டு தொங்குவேன்னு மிரட்டினாரு. ராஜாத்திக்கு வேற வழி இல்லாம போச்சு. என்னைக் கூப்பிட்டு சொன்னாரு. ஜீவா சாருக்கு கட்டித் தர்றதுதான் முறைன்னு வாதாடினேன். என்கிட்டேயும் அதே மிரட்டல்தான். என்னாலயும் ஒண்ணும் செய்ய முடியலை. திடுதிப்புன்னு கல்யாணம் நடந்துபோச்சு. ராஜாத்தி விளக்கமா கடுதாசி எழுதிப் போட்டிருந்தாலும், என் பங்குக்கு நேர்ல பார்த்து விளக்கம் சொல்லிட்டுப் போகலாம்ன்னு நினைச்சேன்."

சரவணன் தன்னுள் பீறிட்ட கோபத்தைக் கட்டுப்படுத்திக் கொண்டு அமைதியாகச் சொன்னான்.

"இத பாருங்க. கல்யாணம்னு ஒண்ணு ஆன பிறகு இப்போ ஆயிரத்தெட்டு விளக்கம் சொல்றதோ, நியாய, அநியாயம் பேசறதோ முறையாபடலை. இப்ப ராஜாத்தி உங்க மனைவி. குற்றம்சாட்டிப் பேசறது தப்பாய்டும். நீங்க ஜீவாவைச் சந்திக்காம இருக்கிறதுதான் நல்லதுன்னு படுது."

"இல்லை, அவர் மனசு ஒடிஞ்சுட கூடாதேன்னு ரெண்டு வார்த்தை ஆறுதலா பேசிட்டுப் போகலாம்னு..."

“சம்பந்தப்பட்ட நீங்களே ஆறுதல் சொல்ல வந்தேன்னு சொல்றது வேடிக்கையா இருக்கு. ரெண்டாவது அவன் அந்த கட்டத்தைக் கடந்தாச்சு. ஆறுதல் இப்ப அவனுக்குத் தேவையில்லை. தெளிவாய்ட்டான். நீங்க நினைக்கிற மாதிரி தாடி வளர்த்துட்டு மோட்டு வளையைப் பார்த்துக்கிட்டு உட்கார்ந்துடலை. நான் உக்காரவிடலை. தன் சோகத்தை ஜீரணிச்சுக்க முடிவு செஞ்சுட்டான். அத்தோட, வர்ற வெள்ளிக் கிழமை மெட்ராஸ்ல அவனுக்கும், என்னோட தங்கச்சிக்கும் கல்யாணம்” என்ற சரவணன் எழுந்து மேஜை மேல் அடுக்காய் இருந்த பத்திரிகைகளில் ஒன்றை எடுத்து வந்து, “இந்தாங்க முடிஞ்சா மனைவியோட வந்து வாழ்த்திட்டுப் போங்க” என்றான் எரிச்சலுடன்.

***

27

அத்தியாயம்

கணேசன் குளித்துவிட்டு வந்து இடுப்பில் ஈரத் துண்டுடன் சுவாமிப் படத்தின் முன்னால் நின்று கண்மூடி வணங்கிக் கொண்டிருந்தார். ராஜாத்தி ஒரு பின்னலை முடித்து, மற்றொன்றைப் பின்னிக் கொண்டிருந்தாள்.

கணேசன் கண் திறந்து விபூதி எடுத்து நெற்றியில் வைத்துக்கொண்டு, கொடியில் இருந்த துவைத்த வேட்டியை எடுத்து கட்டிக்கொண்டபோது, "மாமா" என்று வாசலில் குரல் கேட்டது.

கணேசன் ராஜாத்தி இரண்டு பேருமே நிமிர்ந்து பார்க்க, மருது செருப்புகளை விலக்கிவிட்டு உள்ளே வந்தான்.

ராஜாத்தி உடனே முகம் மலர்ந்தாள்.

"என்ன மருது, எப்ப வந்தே?"

மருது நீள பெஞ்சின் ஒரு முனையில் அமர்ந்துகொண்டான்.

"இப்பதான் ஒரு மணி நேரமாச்சி. குளிச்சுட்டு உடனே இங்க வந்துட்டேன்."

கணேசன் சட்டையணிந்து கொண்டே, "ஜீவாவைப் பாத்தியா?" என்றார்.

மருது ராஜாத்தியை ஒருமுறை சங்கடமாகப் பார்த்துக்கொண்டு, தலையைக் குனிந்து கொண்டான்.

"என்னப்பா மருது, பதிலைக் காணோம்? அந்த தம்பியோட விலாசம் தெரிஞ்சுக்க முடிஞ்சுதா, இல்லையா?"

"அதெல்லாம் தெரிஞ்சுக்கிட்டேன்..."

"போனியல்ல?"

"போனேன்."

"பார்த்தியல்ல?"

"பார்த்தேன்" என்றான் கூசாமல்.

"என்னப்பா இது, ஒவ்வொரு வார்த்தையா பிடுங்க வேண்டியிருக்கு! என்னவாம் வேலை கிடைச்சதாமா?"

"வேலை கிடைச்சிடுச்சி. மூவாயிரத்து சொச்சத்தில சம்பளமாம்."

"சந்தோஷமான சமாச்சாரம்தானே... இதை ஏன் தெரியப்படுத்தலை?"

மருது திட்டமிட்டு மௌனமாக இருந்தான். ராஜாத்தி அவனையே பதைப்புடன் பார்த்துக் கொண்டிருப்பதை அவனால் உணர முடிந்தது.

கணேசன் வந்து மருதுவின் அருகில் அமர்ந்தார்.

"என்னப்பா ஒரு மாதிரியாகவே சொல்றே? என்ன ஆச்சு? என்ன நீ கேட்டே? அவன் என்ன சொன்னான்?"

"அதை எப்படிச் சொல்றதுன்னு எனக்குப் புரியலை மாமா. ஆனா சொல்லித்தான் ஆகணும். சுருக்கமா சொல்லணும்னா..." என்ற மருது ராஜாத்தியைப் பார்த்து, "ராஜாத்தி நீ அந்தப் பையனை மறந்துடறதுதான்ம்மா நல்லது" என்றான்.

திக்கென்றது. நெஞ்சைப் பிடித்துக்கொண்டாள். கணேசனுக்குப் பேரதிர்ச்சியாய் இருந்தது.

"விவரமா சொல்லு மருது."

"என்னத்தை விவரம் சொல்றது நான்? இந்த உலகத்தில யாரை நம்பறது, யாரைச் சந்தேகப்படறது... எதுவுமே புரியலை எனக்கு. அன்னைக்கு இதே வீட்ல அந்த ஜீவா ராஸ்க்கல் அரிச்சந்திரனாட்டம் என்ன பேச்சு பேசினான்! இப்ப என்னடான்னா அப்படியே தலைகீழா மாத்திப் பேசறான்."

"என்னவாம்?"

"அங்கே பட்டணத்தில் அவனுக்கு ஒரு ஃப்ரெண்டு. கொஞ்சம் வசதிபோல இருக்கு. அவனோட தங்கச்சியை கல்யாணம் செய்துக்க போறானாம் இவன்."

விக்கித்து அமர்ந்திருந்த ராஜாத்தியின் இதயத்தில் இறங்கியது மற்றுமொரு இடி.

"நிஜமாத்தான் சொல்றியா?" என்றார் கணேசன் நம்பிக்கை வராமல்.

"பின்ன என்ன விளையாட்டு பண்றனா? வர்ற வெள்ளிக் கிழமை கல்யாணம். இத பாருங்க" என்று தன் சட்டைப் பித்தானைக் கழற்றி பனியனுக்குள்ளிருந்து அழைப்பிதழை எடுத்துக் கொடுத்தான்.

"என்ன திமிர் இருந்தா என் கையிலயே பத்திரிகையும் கொடுப்பான்?" நடுங்கும் கரங்களோடு அழைப்பிதழைப் பார்த்த கணேசன், அதை ராஜாத்தியின் பக்கம் தூக்கி வீசினார்.

"பாரு, நீயா தேடிப் பிடிச்ச மாப்பிள்ளையோட லட்சணத்தைப் பாரு" என்று உறுமிவிட்டு, "என்ன இது அயோக்கியத்தனம்! அவனை சும்மாவா விட்டே?" என்றார்.

"குரல் வளையைப் பிடிச்சி நெறிக்கப் போயிட்டேன் மாமா. கூட்டமே வந்து எங்களை விலக்கிவிட்டு, ஒரே ரசாபாசமாய்டுச்சி மாமா. இதுவே நம்ம ஊருன்னா எதுவும் செய்யலாம். நமக்கு

சப்போர்ட்டு இருக்கு. அங்கே நான் ஒத்தையாளா என்ன செய்யறது? வந்து யோசனை பண்ணிக்கலாம்னு நாக்கைப் புடிங்கிக்கற மாதிரி நாலு வார்த்தை மட்டும் கேட்டுட்டு வந்துட்டேன். ‘ஏண்டா பாவி ராஜாத்தி மனசை கெடுத்தேன்னு’ கேட்டா, ‘நல்லவேளை மனசு மட்டும்தானே கெட்டுப் போச்சி’ன்னு சந்தோஷப்படுங்கன்றான். அப்புறம் ஏண்டா பழகினேன்னா, பொழுதுபோக்கா பழகினேன்னு சொல்றான். நல்ல வேலையும், வசதியான சம்பந்தமும் அமைஞ்சதும் ஆளே மாறிப் போயிட்டான். இங்கே பேசினப்ப இருந்த பணிவு. மரியாதை எதுவும் இல்லை. இவன்தானா அவன்னு எனக்கு சந்தேகமே வந்துடுச்சி மாமா.”

மருது அவன்பாட்டிற்கு கோர்வையாக ஏற்கனவே யோசித்து வைத்திருந்தபடி பேசிக்கொண்டே போக...

ராஜாத்தி தன் அருகில் பிரிந்துகிடந்த அந்த திருமண அழைப்பிதழில் மணமகன், மணமகள் பெயர்களையே மீண்டும் மீண்டும் வெறித்து பார்த்துக்கொண்டிருந்தாள். உதடுகள் துடிக்க, கண்கள் ததும்பின.

ஜீவா, நீங்களா இப்படி? இது நிஜமா, இல்லை ஒரு மோசமான கனவா? எப்படி, எப்படி ஜீவா உங்களால் மறக்க முடிந்தது? அய்யோ! உண்மையாகத்தானா?

“மாமா, ஒண்ணும் கவலைப்படாதீங்க. இந்த கல்யாணம் எப்படி நடந்துடுதுன்னு நான் பார்த்துடறேன். இங்கேர்ந்து ரெண்டு லாரில நம்ம ஆளுங்களை ஏத்திக்கிட்டு, ராஜாத்தியோட போய் கல்யாணப் பந்தல்ல இறங்குவோம். நம்ம பொண்ணுக்கு நியாயம் சொல்லிட்டு அவன் தாலியைத் தொடட்டும். கோபுரப்பட்டிக்காரன் எல்லாம் இளிச்சவாயனுங்கன்னு நினைச்சிட்டானா அவன்?”

கைகளைக் கட்டிக்கொண்டு அமைதியாக அமர்ந்து கொண்டிருந்தார் கணேசன்.

“ராஜாத்தி, இத பாரும்மா. நீ தைரியமா இரு. கலங்க வேணாம். அந்தக் கை உன் கழுத்துலதான் தாலி கட்டியாகணும். அப்படி

இல்லைன்னா அவன் தோள்ல தங்காது. வீச்சருவா ஒண்ணுக்கு ரெண்டா வச்சிருக்கேன் வீட்ல." என்றான் மருது அவளிடம்.

அவள் உறைந்து போய் அழைப்பிதழையே பார்த்தபடி இருந்தாள். மருது எழுந்துகொண்டான்.

"மாமா, நான் இருக்கேன். இதுல ஊர் மானமே அடங்கியிருக்கு. பாத்துடலாம். கவலையே வேணாம். வரட்டுமா?"

"கொஞ்சம் இரு மருது" என்றார் கணேசன் குரலில் எந்தவித சலனமும் இல்லாமல்.

"என்ன மாமா?"

"நாய் நம்மை கடிச்சிட்டா, அதுக்காக அதை திருப்பி கடிக்க முடியுமா? கடிக்கிற மாதிரி நடந்துக்கிட்டதுக்காக வருத்தப்படணும். கடிபட்டதுக்கு வைத்தியம் பார்க்கணும். அவன் பணத்தைப் பார்த்து பல்லிளிச்சிட்டான்னு தெரியுது. இவ்வளவு தூரம் பேசிருக்கான். பத்திரிகை வரைக்கும் வந்திருக்கான். இனிமே போய் அவனைச் சமாதானப்படுத்தியோ, இல்லை வற்புறுத்தியோ, பஞ்சாயத்து பண்ணியோ ராஜாத்தியைக் கட்டிக்கப்பான்னு சொல்ல எனக்கு விருப்பமில்லை. பச்சோந்தி மாதிரி மனசு மாறிடற ஒருத்தன் எனக்கு மாப்பிள்ளையா வர வேண்டாம். ஏற்கனவே முதல் மாப்பிள்ளையால நான் அனுபவிச்சதெல்லாம் போதும். இப்ப ஒண்ணும் நடந்துடலை. ஏதோ இவ ஆசைப்பட்டுட்டா. ரெண்டு வார்த்தை சிரிச்சிப் பேசிட்டா. அவ்வளவுதான். நல்ல வேளையா வேற எதுவும் பெரிசா ஆய்டலை, விடு. அவனை ஆண்டவன் பார்த்துப்பான்."

"என்ன மாமா, இப்படிச் சொல்றீங்க? அப்ப நம்ம ராஜாத்தியோட கதி?"

"மருது, இதில ஒளிவு மறைவு எதுவும் இல்லை. நடந்ததெல்லாம் உனக்கே தெரியும். அன்னைக்கு அந்தப் பையனுக்கு சப்போர்ட்டா நீதான் அதிகம் பேசின. ராஜாத்திக்கு நல்லது கெட்டது புரியாதுப்பா. இப்பதான் அனுபவத்தில் பாடம் படிக்கறா. டிப் டாப்பா இருந்து, சிரிச்சி வேற பேசிட்டானா,

சலனப்பட்டுட்டா. எனக்கு ரொம்ப வருஷமாவே முறைப் பையன் உனக்குத்தான் கட்டித்தரணும்னு எண்ணம். ஒண்ணு, ரெண்டு தடவை வாய்விட்டும் சொல்லிருக்கேன். உனக்கும் தெரியும். சொல்லுப்பா, நீ சரின்னு சொன்னா, அப்பாகிட்டே வந்து பேசறேன். நடந்ததெல்லாம் நமக்குள்ளே இருக்கட்டும். உரிமையா இதைக் கேக்கலைப்பா. உதவியாதான் கேக்கறேன்."

"மாமா" என்றான் பொய்யான ஆச்சரியத்துடன்...

"ஆமாம் மருது. இது ஊர் பிரச்சனை. இல்லை இந்தக் குடும்பத்தோட மானப் பிரச்சனை. உன் கைலதான்ப்பா இருக்கு. நீ சம்மதிச்சா, அதே தேதி, அதே முகூர்த்தத்தில் கல்யாணம் வச்சிக்கலாம். நாளைக்கே பத்திரிகை அடிச்சி அந்த அயோக்யனுக்கு ஒண்ணு அனுப்பி வைக்கலாம். சொல்லுப்பா, என்ன சொல்றே?"

"மாமா, எனக்கு எதுவும் சொல்ல வரலை."

"எதையும் யோசிக்க வேணாம் மருது. எனக்கு உள்ள எல்லாச் சொத்துக்களும் உனக்குத்தான்."

"மாமா, ராஜாத்தியை கல்யாணம் செய்துக்கணும்னு எனக்கு ஆசை இருந்திச்சி. ஆனா அவ ஜீவாவை விரும்பறது தெரிஞ்சதும் என் மனசை மாத்திக்கிட்டு, அவங்க ரெண்டு பேரையும் சேர்த்து வைக்கணும்னு முடிவு செஞ்சேன். அவனை அலாக்கா கடத்திக்கிட்டு வந்தாவது ராஜாத்திக்கு தாலி கட்டவைக்க முடியும் மாமா என்னால."

"அப்படி கட்ற தாலிக்கு என்ன மரியாதை இருக்க முடியும்? அவன் அயோக்யன்னு புரிஞ்சும் அவனையே எப்படியாவது கட்டிக்கிட்டாக வேண்டிய அவசியமென்ன இருக்கு மருது? நான் சொல்றேன். நீதான் என் மாப்பிள்ளை." என்றார் கணேசன் அழுத்தமாக.

"அப்பா" என்றாள் ராஜாத்தி உடைந்த குரலில்.

"இத பாரு, இனிமே ஒரு வார்த்தை என் முடிவுக்கு எதிரா பேசினே, நான் மனுஷனா இருக்கமாட்டேன், காதலிக்கிறாளாம், ஒரு கபோதிப் பயலைப் பிடிச்சி. நீ சொன்னேன்னு நானும் மதிச்சி பேசினேன் பாரு அவன்கிட்ட. மருது வா என்னோட இப்பவே உங்கப்பாவைப் பார்த்துப் பேசிடறேன்."

தயங்கின மருதுவின் கையைப் பிடித்து இழுத்தபடி வீட்டைவிட்டு வேகமாக வெளியேறினார் கணேசன். அதிர்ச்சி மேல் அதிர்ச்சி வாங்கிய ராஜாத்தி நிலை குலைந்து அமர்ந்திருந்தாள்.

***

28

அத்தியாயம்

"எல்லாக் கூத்தையும் என் பையன் சொன்னான் மச்சான். விவரம் தெரியாத வயசில இதெல்லாம் சகஜந்தான். பாவம் பச்சப் புள்ளை. நல்லவன், கெட்டவன்னு பேதம் பிரிக்கத் தெரியலை. ஒரு பிரச்சனைன்னு வர்றப்ப தோள் கொடுக்கறதுக்குத்தான் உறவுக்காரன். அட, உன் பொண்ணு கெட்டு போயே நின்னாகூட, என் பையனை 'கட்ரா தாலியை'ன்னு சொல்வேன் மச்சான். எத்தனை பேருக்கு இப்படி மனசு வரும்?"

மருது பத்திரிகையைத் திருப்பிக் கொடுத்து, "எல்லாம் சரியாய்த்தான் இருக்கு" என்றான்.

கணேசன் தன் சட்டையை உயர்த்தி, வேட்டி மடிப்பை பிரித்து ஒரு சிறிய பொட்டலத்தை எடுத்தார். அதைப் பிரித்தார். அதற்குள் ரோஸ் நிற காகிதம் வைத்து, அதில் ஒரு தங்கச் சங்கிலியும், மோதிரம் ஒன்றும் பளபளத்தது. நீட்டினார்.

"என்ன மாமா இது?"

"பாருப்பா, உள்ளூர்ல சொல்லிச் செய்யறதுக்கு அவகாசமில்லை. அதான் டவுன்ல விலைக்கு

வாங்கிட்டு வந்துட்டேன். உனக்குத்தான். கல்யாணத்தன்னைக்கு ஏதாவது நான் போட்டாத்தானே நாலு பேருக்கு முன்னாடி கௌரவமா இருக்கும்?"

"ஏன் மாமா, இதெல்லாம் நான் கேட்டனா?"

"நீ கேக்கலைப்பா. எனக்குன்னு ஒரு மரியாதை இல்லையா? அட, மரியாதையை விடு. என் மருமகனுக்கு ஏதாச்சும் வாங்கிப் போட்டு அழகு பார்க்கணும்னு ஆசை இருக்காதா? சங்கிலி அஞ்சி பவுனு, மோதிரம் ஒன்றரை பவுனு. டிசைன் பிடிச்சிருக்கா பாரு, பிடிக்கலைன்னா மாத்திக்கலாம். தெரிஞ்ச கடைதான்."

"இதெல்லாம் இருக்கட்டும் மாமா. ராஜாத்தி என்ன சொல்றா? தான் நேசிச்சவன் துரோகம் பண்ணிட்டானேன்னு நொந்து போயிருக்கிற இந்தச் சமயத்தில இவ்வளவு அவசரமா கல்யாணம் வச்சிக்கணும்னு நீங்க துடிச்சது தப்போன்னு ஒரு உறுத்தல் எனக்கு இருக்கு மாமா."

"நீ மனசு மாத்திக்கிட்டதால என் பொண்ணு வாழ்க்கை குலைஞ்சு போய்டாதுன்னு, அவனுக்கு உணர்த்த வேணாம்? அதனாலதான் அவசரப்பட்டேன் மருது."

"ராஜாத்தி என்ன சொன்னா?"

"அவ எங்கே வாய் திறந்து பேசினா? நேத்து நீ வந்து எல்லா சமாச்சாரமும் சொல்லிட்டுப் போனப்புறம் இடிஞ்சுபோய் உக்காந்தவதான். பிரமை தட்டின மாதிரிதான் இருக்கா. ஒரு அதிர்ச்சி இருக்கதானே செய்யும்? சரியாப் போய்டும் மருது. நான் ஒரு மடையன். இன்னும் பேர் சொல்லியே கூப்டுட்டிருக்கேன் பாரு. மாப்பிள்ளைன்னு சொல்லிப் பழகிக்கணும்." என்று சிரித்தபடி எழுந்துகொண்டார் கணேசன்.

"எப்பவும் மாதிரி என்னை நீ, வா, போன்னே பேசுங்க மாமா. பேர் சொல்லித்தான் கூப்புடணும். இன்னிக்கு, நேத்தா அப்படிக் கூப்புடறீங்க?"

கணேசன் புறப்பட்டுச் சென்றார்.

மருது முகம் கழுவிக்கொண்டு சட்டையணிந்தான்.

மாமா அச்சகத்திற்குச் சென்றுவிட்டு பிறகுதான் வீட்டிற்குச் செல்வார். அதற்குள் வீடு சென்று ராஜாத்தியிடம் தனிமையில் சில விஷயங்கள் பேச வேண்டும். அவளைப் பக்குவப்படுத்த வேண்டும்.

மருது தன் மோட்டார் சைக்கிளை எடுத்துக் கொண்டு புறப்பட்டான். ஐந்தே நிமிடங்களில் ராஜாத்தியின் வீட்டிற்கு வந்தான்.

அவன் நினைத்தபடியே மாமா இன்னும் வந்திருக்கவில்லை. கதவைத் திறந்த ராஜாத்தி அமைதியாக நடந்து ஒரு தூண் அருகில் சென்று நின்றுகொண்டாள்.

அழுதிருக்கிறாள் என்று நிச்சயமாய் யூகிக்க முடிந்தது.

மருது அவளருகில் வந்து கைகளைக் கட்டிக்கொண்டு நிதானமாகச் சொன்னான்.

"ராஜாத்தி, உன் மனசு இப்ப என்ன தவிப்பு தவிச்சிட்டிருக்கும்னு எனக்குப் புரியுது. கொடுமைதான். அவன் செஞ்சது துரோகம்தான். அவன் கல்யாணத்தை கலைச்சி கட்டாயப்படுத்தி உன்னை ஏத்துக்க வைக்க என்னால முடியும் ராஜாத்தி. ஆனா அதுக்கு உங்கப்பா சொன்ன பதில்ல நியாயம் இருக்கு. இந்த ஆரம்ப கசப்பு உன் வாழ்நாள் முழுக்க மாறாது, மறையாது. ஒரு வடுவா என்னைக்கும் தங்கிடும். உன் குடும்ப வாழ்க்கைல நிம்மதியே இருக்காது. எப்ப அவன் உன்னை அலட்சியப்படுத்திட்டானோ, அதுக்கப்புறம் அவனைப் புருஷனா ஏத்துக்கறது தப்பு. நீ என்ன சொல்றே?"

ராஜாத்தி பதிலேதும் பேசவில்லை.

"அதேசமயம் உங்கப்பா திடுதிப்புன்னு இவ்வளவு சீக்கிரம் உனக்கு கல்யாண ஏற்பாடு செய்யறதிலயும் எனக்கு இஷ்டமில்லை. ஆனா அவர் பிடிவாதமா இருக்கார். எங்கிட்ட உதவியா இதை செய்யச் சொல்றார். பத்திரிகை அடிச்சிட்டாரே ஒழிய, எனக்குச் சங்கடமா இருக்கு ராஜாத்தி. தயவுசெஞ்சி பேசு.

மனசு விட்டுப் பேசு. நீ என்ன நினைக்கிறேங்கறதை தைரியமா என்கிட்ட சொல்லும்மா."

ராஜாத்தி திரும்பி ஒருமுறை அவனைப் பார்த்துவிட்டு, மீண்டும் மரத் தூண் பக்கம் திரும்பிக் கொண்டு, அதில் விரல் நகத்தால் கோடுகள் போடத் துவங்கினாள்.

"ராஜாத்தி, இந்தக் கல்யாணத்தில உனக்கு ஈடுபாடு இல்லாம இருக்கலாம். ஆனா உனக்கு ஒரு கல்யாணம் முக்கியம் ராஜாத்தி. இது உன் நல்லதுக்குத்தான். இதை நீ ஒரு வைத்தியமா நினைச்சுக்கோ. இல்லைன்னா ஒரு பரிகாரமா வேணும்னாலும் நினைச்சுக்கோ. கல்யாணமானதும் நீ என் பொண்டாட்டி ஆயிட்ட உரிமையில நான் உன் இஷ்டத்துக்கு விரோதமா நிச்சயமா நடந்துக்கமாட்டேன். உன் மனசு இந்த பாதிப்புலேர்ந்து மீண்டு வர்ற வரைக்கும் பொறுமையா காத்திருப்பேன்."

ராஜாத்தி தொடர்ந்து மௌனமாக நகக்கீரலைத் தொடர...

"என்ன ராஜாத்தி, எல்லாத்துக்குமே பதில் பேசலைன்னா எப்படி?"

சட்டென்று திரும்பினாள்.

"நான் என்ன சொல்லணும்னு எதிர்பார்க்கறீங்க மாமா?"

"இந்தக் கல்யாணத்தில் நிச்சயமா உனக்கு பூரண சம்மதம் இருக்க வாய்ப்பில்லை. அது எனக்குத் தெரியும். உன் குடும்ப மானத்தைக் காப்பாத்தறதுக்காகவாவது இந்தக் கல்யாணம் அவசியம்னு நீ உணர்றியா, இல்லையா? அதை மட்டும் சொன்னாப்போதும்."

"எனக்கு எதுவும் புரியலை மாமா. என் சம்மதம் கேட்டோ, இல்லை என் அபிப்ராயம் கேட்டோ இங்க எதுவும் நடக்கலை. நான் ஆசைப்படற எதுவும் இனிமே எனக்கு நடக்கப் போறதில்லைங்கறது நிச்சயம்." என்ற ராஜாத்திக்கு விசும்பலாக அழுகை வர, அருகில் இருந்த அறைக்குள் ஓடினாள்.

***

சென்னை, மயிலாப்பூர், இரவு 7 மணி.

அந்தக் கல்யாண சத்திரத்தில் மறுநாள் காலை திருமணத்திற்காக தோரணங்கள் கட்டிக் கொண்டிருந்தார்கள். திருமணத்திற்காக வந்திருந்த உறவினர்கள் ஜமுக்காளம் விரித்துப்போட்டமர்ந்து கதை பேசிக்கொண்டு, வெற்றிலை போட்டுக் கொண்டிருக்க, சிறுவர்கள் கூச்சலிட்டுக் கொண்டு ஓடினார்கள்.

கல்யாண மண்டபத்தின் மாடியில் அறைகள் இருந்தன. ஒரு கோடியில் இருந்த அறை ஒன்றில் ஜீவா தனது சில நண்பர்களோடு பேசிக்கொண்டிருந்தான்.

அவர்கள் சிரிப்பும், கும்மாளமுமாகப் பேச, ஒட்டுதல் இன்றி பெயருக்கு சிரித்துக் கொண்டிருந்தான் ஜீவா.

மற்றொரு கோடியில் இருந்த இரண்டு மூன்று அறைகளில் ஒன்றில், ஊரில் இருந்து வந்துவிட்ட சரவணனின் குடும்பம் இருந்தது.

சரவணன் கக்கத்தில் தோல் பை வைத்துக்கொண்டு அங்கும் இங்குமாகச் சுழன்று கொண்டிருந்தவன் அறைக்குள் வந்து மல்லிகைப் பூ கட்டிக் கொண்டிருந்த தன் தங்கை பார்வதியை, “இங்கே வாம்மா” என்றான்.

தான் கட்டிக் கொண்டிருந்த சரத்தைத் தன் அம்மாவிடம் கொடுத்துவிட்டு எழுந்து வந்தாள் பார்வதி. அவளை அருகில் காலியாக இருந்த மற்றொரு அறைக்கு அழைத்து வந்து, “நீ இங்கேயே இரும்மா. ஜீவா வருவான். சொன்னேனே, உன்கிட்ட ஏதோ பேசணுமாம்” என்றான்.

ஜீவாவின் அறைக்கு வந்து அவனை அழைத்துக் கொண்டு தங்கை இருக்கும் அறைக்கு நடந்தான்.

“தங்கச்சி மட்டும்தான் இருக்கா. பேசணும்னியே, பேசு.”

சரவணன் அறை வாசலில் ஜீவாவை விட்டுவிட்டு, படிகளிறங்கி சமையல் பகுதியில் மைசூர்பாகு போடுவதைப் பார்க்கச் சென்றான்.

ஜீவா அறைக்குள் வந்து கதவை பாதி சார்த்தி வைத்தான். பார்வதி அவனை நிமிர்ந்து பார்த்துவிட்டு தலைகுனிந்து கொண்டாள்.

ஜீவா மிகத் தயங்கிச் சொன்னான், "வந்துங்க... என்னைப்பத்தி எல்லா விபரத்தையும் சரவணனை சொல்ல சொன்னேன். அவன் எவ்வளவு சொன்னான்னு எனக்குத் தெரியாது. என் மனசுல உள்ளதைச் சொல்லிடறேன் நான். அந்தப் பொண்ணு ராஜாத்தியை மறக்க முடியலை. அவளுக்கு கல்யாணம் ஆய்டுச்சின்னாலும், வரம்பு மீறி மனசு அவளைத்தான் நினைக்குது. அத்தனை சட்டுன்னு எல்லாத்தையும் மறந்துட முடியலை. இந்தக் கல்யாணம் என் சந்தோஷத்துக்காகத்தான். நிச்சயமா காலம் என் மனசை மாத்திடும்னு நினைக்கிறேன். அதனாலதான் இந்தக் கல்யாணத்துக்குச் சம்மதிச்சேன். அதுவரைக்கும் என்னால உங்ககிட்ட ஈடுபாட்டோட பழக முடியாம போகலாம். தயவுசெஞ்சு என்னை நீங்க தப்பா புரிஞ்சுக்கக் கூடாது. இதை கல்யாணத்துக்கு முன்னாடியே உங்ககிட்ட சொல்லிடணும்னு தோணிச்சு. அதான் பேசணும்னு சொன்னேன்."

பார்வதி தலை நிமிராமல் சொன்னாள்.

"எல்லாம் சரி. ஆனா கல்யாணத்துக்கப்புறமும் நீங்க, வாங்கன்னு சொல்லாம இருப்பீங்களா?"

அவன் சிரிப்பான் என்று எதிர்பார்த்தாள்.

ஆனால் ஜீவா அமைதியாக அந்த அறையைவிட்டு வெளியேறி தன் அறையை நோக்கி நடந்தான்.

***

அதே நாள். அதே இரவு.

கோபுரப்பட்டியில் கணேசன் வீட்டு வாசலில் பந்தல் போடப்பட்டிருந்தது. நாற்காலிகளைப் பிரித்து போட்டுக்கொண்டிருந்தார்கள்.

கல்யாண வேலைகளில் இருந்த மருதுவிடம் அந்த பொடியன் ஓடி வந்தான்.

"மாமா... உங்களை ராஜாத்தி அக்கா உடனே கூட்டிட்டு வர சொன்னிச்சி..." என்றான்.

அவன் செய்தியில் அவசரமிருந்தது.

***

29

அத்தியாயம்

மருது ராஜாத்தியின் வீட்டிற்கு வந்தான். கணேசன் இரண்டு வேலைக்காரர்களிடம் சத்தம் போட்டுக் குறிப்புகள் சொல்லிக் கொண்டிருக்க, வீட்டிற்குள் கூடத்தில் ஊஞ்சலில் அமர்ந்து இரண்டு உறவுக்காரப் பெண்கள் பேசிக் கொண்டிருந்தார்கள்.

"என்ன மாப்பிள்ளை, ராஜாத்தியைத் தேடறீங்களா? ரூமுக்குள்ளதான் இருக்கா, போங்க..."

அந்த தனியறைக்குள் வந்தான் மருது.

தரையில் அமர்ந்திருந்தாள் ராஜாத்தி. சுவரில் சாய்ந்து, முழங்கால்களைக் கட்டிக்கொண்டு, முகத்தைப் புதைத்திருந்தவள் நிமிர்ந்தபோது, அவள் கண்கள் சிவந்து, கண்ணீர் பொலபொலவென்று கொட்டிக்கொண்டிருந்தது.

"ராஜாத்தி?" என்றான் அருகில் போய் நின்று.

அவள் உதடுகள் துடித்தனவே ஒழிய, வார்த்தைகள் வரவில்லை.

"என்னம்மா?" என்றான் பதைப்புடன்.

"மாமா... நான் ஏற்கனவே ஒருத்தரோட மனம்விட்டு பழகினவள்னு தெரிஞ்சும், என்

குடும்ப மானம் போய்டக் கூடாதுங்கற அக்கறையில் எனக்கு வாழ்க்கை கொடுக்க முன் வந்த உன் பெருந்தன்மையை நினைச்சா எனக்குச் சந்தோஷமா இருக்கு..."

மருதுவிற்கு அந்தப் பாராட்டுக்கு தான் தகுதியில்லாதவன் என்ற எண்ணம் குறுக்கில் ஓட, ஒரு கணம் சுருக்கென்றது.

"அதேசமயம், என்னைப் பத்தி நினைச்சுப் பார்க்கவே கூடாது மாமா. என் மேலேயே எனக்கு அருவெறுப்பா இருக்கு. ஜீவா எனக்குத் துரோகம் பண்ணிட்டார்ன்னு இன்னும் என்னால நம்பவே முடியலை. இப்பக்கூட 'இதெல்லாம் கனவா இருக்கக் கூடாதா?'ன்னு ஒரு ஏக்கம் இருக்கு மாமா... சரியோ, தப்போ, நான் ஜீவா மேல ஆசைப்பட்டுட்டேன். அவரோட நினைப்பை என்னால மறக்க முடியலை மாமா. அவரோட பேசினது, பழகினதெல்லாம் மறுபடி மறுபடி ஞாபகத்துக்கு வந்துட்டே இருக்கு மாமா..."

"கொஞ்ச நாள் போனா சரியாப் போயிடும் ராஜாத்தி."

"இல்லை மாமா. மத்த விஷயங்கள் மறக்கலாம். ஆனா, காதல் நினைப்புங்கறது மறக்கவே மறக்காத, மறக்கவே முடியாத விஷயம் மாமா. உனக்கு பெண்டாட்டியா ஆயிட்டு, அதுக்கப்புறமும் ஜீவாவை நினைக்கிறதுன்னா, அது உனக்குச் செய்யற துரோகம். என்னால ஒரு உண்மையான மனைவியா இருக்க முடியாது. தினம் தினம் சித்ரவதையா இருக்கும். அதனால..."

"அதனால?"

"அதனால என்னை மன்னிச்சிடுங்க மாமா..." என்றவள் ஒரு தரம் "அப்பா" என்று வயிற்றை அழுத்திப் பிடித்துக்கொண்டாள். அவள் முகத்தில் ஒரு வேதனை மின்னல் வெட்டிச் சென்றது.

"ராஜாத்தி, நீ என்ன சொல்றே?"

"என்னால யாருக்கும் தொந்தரவு இருக்கக் கூடாது மாமா. என் குடும்ப மானம் போகக் கூடாது. அதனால நான்... நான்... விஷத்தைக் குடிச்சுட்டேன் மாமா!"

"ராஜாத்தி!" என்றான் அதிர்ந்து.

"தயவுசெஞ்சி சத்தம் போடாதீங்க. என்னால ஜீவாவை..." மேலே பேச மிகவும் பிரயத்தனப்பட்டாள். "மறக்க முடியலை மாமா..." என்றவளை மயக்கம் ஆக்கிரமித்துக்கொள்ள முயல, "என்ன மன்னிச்..."

வார்த்தை முடிப்பதற்குள், உட்கார்ந்திருந்த ராஜாத்தி சரிந்து விழுந்தாள்.

உறைந்து போய் நின்றான் மருது.

***

இரவு மணி பன்னிரண்டரைக்கு அந்த ஆஸ்பத்திரி அறையில் மெல்ல கண்விழித்துப் பார்த்தாள் ராஜாத்தி.

பெருமூச்சுடன் முகம் மலர்ந்த கணேசன் அவள் கூந்தலைத் தடவி, "என்னம்மா, இப்படி செஞ்சுட்டே? எனக்கு நீ இல்லைன்னா வேற யாரும்மா இருக்காங்க? கொஞ்சம் தாமதிச்சிருந்தாக் கூட உன்னைப் பிழைக்க வைச்சிருக்க முடியாமப் போயிருக்கும்" என்றார் குரலடைத்து, கண்கள் ததும்ப.

"என்னை எதுக்காகக் காப்பாத்தினீங்க?" என்றாள் உலர்ந்த உதடுகளுடன்.

"உன்னை வாழ வைக்கிறதுக்குத்தான் ராஜாத்தி" என்றான் அமைதியாக மருது.

"உங்ககிட்ட அவ்வளவு தூரம் விளக்கமா சொன்னப் புறமும்..."

கை கட்டி, தலை குனிந்து நின்ற மருது நிதானமாகச் சொன்னான்.

"ராஜாத்தி... என்னை மன்னிச்சிடும்மா. இப்பதான் மாமாகிட்ட எல்லாம் சொன்னேன். நான் தப்புக்கணக்கு போட்டுட்டேன். பணம் சம்பாதிக்கிறதுக்கோ பல குறுக்கு வழிகளைக் கடைப்பிடிக்கலாம்.

சூழ்ச்சி செய்யலாம். பலனும் கிடைக்க வாய்ப்புண்டு. ஆனா ஒரு பொண்ணு மனசை மட்டும் எத்தனை சூழ்ச்சி செஞ்சாலும் அடைய முடியாதுன்னு புரிஞ்சுகிட்டேன்ம்மா...!"

"சூழ்ச்சியா? என்ன சொல்றீங்க?"

"ராஜாத்தி, உன்னைக் கல்யாணம் செய்துக்கணும்னு நான் ரொம்ப ஆசைப்பட்டேன்னு உனக்கே தெரியும். நீ அந்த ஜீவாவை விரும்புறது தெரிஞ்சதும் என்னால தாங்க முடியலை. உங்க ரெண்டு பேரையும் சேர்த்து வைக்க போலியா முயற்சிகள் செஞ்சாலும், மனசில ஒரு வெறி இருந்துச்சு. எப்படியாவது உன்னை என் பொண்டாட்டியா அடையணும். அதான் அந்த வெறி. அதுக்காக உங்க காதலைக் கலைக்கத் திட்டம் போட்டேன்."

மருது தனது சதி வேலைகள் அனைத்தையும் சொல்லி முடித்து, "ஆனா ராஜாத்தி, உங்க காதல் எவ்வளவு மகத்தானதுன்னு எனக்கு நீ உணர்த்திட்டே. உயிரையே போக்கிக்கற அளவுக்கு நீ போனப்புறமும்கூட நான் உண்மையை சொல்லலைன்னா... நான் மனுஷனே இல்லைம்மா!"

அதிர்ச்சியுடன் அவனைப் பார்த்துக் கொண்டிருந்தாள் ராஜாத்தி.

"என்னை தயவுசெஞ்சி மன்னிச்சிடும்மா. நான் செஞ்ச தப்புக்கு நானே பரிகாரம் தேடிடறேன். டாக்டரை கேட்டாச்சு. உன்னை அழைச்சிட்டுப் போகலாம்னு சொல்லிட்டாரு. வாசல்ல ரெடியா டாக்ஸி நிக்குது. புறப்படு ராஜாத்தி. காலைல தான் மெட்ராஸ்ல கல்யாணம். அதுக்குள்ள போய்ட முடியும். எல்லா விவரங்களையும் எடுத்துச் சொல்லி அந்தக் கல்யாணத்தை நிறுத்தியாகணும். உன் ஜீவா உனக்கு துரோகம் செய்யலைம்மா. எல்லாம் என்னாலதான். உன்னைப்பத்தி தப்பா நினைக்க வெச்சு அவர் மனசை கலைச்சதுனாலதான் ஃப்ரெண்டு தங்கச்சியை கட்டிக்க அரை மனசோட சம்மதம் தெரிவிச்சிருக்கார். அதுவும் அந்தப் பொண்ணு விதவைங்கற ஒரு பரிதாபத்தில தனக்கு வேலை வாங்கிக் கொடுத்தவனுக்குச் செய்ற நன்றியா நினைச்சுதான் செஞ்சிருக்கார். புறப்படும்மா சீக்கிரம்."

அமைதியாக இருந்த ராஜாத்தி. "இவ்வளவு ஆய்டுச்சி. ஒரு விதவைப் பொண்ணுக்குக் கிடைக்க இருக்கிற வாழ்வைத் தட்டிப் பறிக்கறது..." என்றாள் அழுகையின் மத்தியில்.

"அதெல்லாம் எதுவும் யோசிக்காதே ராஜாத்தி. ஜீவா உனக்குச் சொந்தமாக வேண்டியவர். அவ வாழ்ந்தவ. நீ வாழ வேண்டியவ. இப்ப நாம அங்கே போகலைன்னாலும் அந்தக் கல்யாணம் நடக்காதும்மா..." என்றான் மருது.

"ஏன்?"

"ஜீவா பேருக்கு ஒரு தந்தி கொடுத்துட்டேன். 'எனக்கு இன்னும் திருமணம் நடக்கவில்லை. எல்லாம் என் மாமா மருது. செய்த சூழ்ச்சிகள். திருமணத்தை நிறுத்தவும். நான் நேரில் வந்து கொண்டிருக்கிறேன்' அப்படின்னு விளக்கமா ராஜாத்தின்னு உன் பேர்லயே தந்தி கொடுத்துட்டேன். ஜீவா குழப்பமாகி கல்யாணத்தை நிறுத்திடுவார்."

அப்போதும் குழப்பம் நீங்காதிருந்த ராஜாத்தியை மருதுவும், அப்பாவும் சமாதானப்படுத்தி, பிறகு...

12.20க்கு அந்த டாக்ஸி அவர்கள் மூவரையும் ஏற்றிக்கொண்டு சென்னையை நோக்கி விரையத் துவங்கியது.

சென்னை. காலை மணி நாலரை. கல்யாண மண்டபத்தில் தனியறையில் பார்வதிக்கு அலங்காரம் நடந்து கொண்டிருந்ததை சற்றுத் தள்ளி நின்ற அவள் அம்மா பூரிப்புடன், கண்களில் நீருடன் பார்த்துக் கொண்டிருந்தாள்.

இந்தச் சின்ன வயதில் இவள் வாழ்க்கை பாழாகிவிட்டதே என்று எத்தனை நூறு முறை கவலைப்பட்டு கண்ணீர் விட்டிருப்போம்...! அந்த வெற்று நெற்றியில் இப்போது மீண்டும் குங்குமம் வைக்கப்பட்டிருப்பதைப் பார்க்க எவ்வளவு மகிழ்ச்சியாயிருக்கிறது...!

அம்மாவுக்கு தன் மகளுக்கு நடைபெறும் அலங்காரத்தைப் பார்க்கப் பார்க்க, கண்களில் ஆனந்தத்தில் கண்ணீர் அதிகமாகியது.

“அம்மா... என்னம்மா இது, கண்ணைக் கசக்கிக்கிட்டு?” என்றாள் பார்வதி.

“சந்தோஷம்டி. மறுபடி உன்னை இப்படி நிறைவா பார்ப்பேனான்னு எவ்வளவு தவிச்சிப்போயிருப்பேன்!”

கதவைத் தட்டிவிட்டு உள்ளே வந்தான் சரவணன். “என்ன பார்வதி, இன்னும் அலங்காரம் முடியலையா? அஞ்சறை டு ஆறு முகூர்த்தம் சீக்கிரம், சீக்கிரம்.”

“நீ போடா, நேரம் இருக்கு” என்றாள் அம்மா.

சென்னையின் எல்லையை நெருங்கிக் கொண்டிருந்த டாக்ஸி, திடீரென்று வெட்டி, வெட்டி ஒரு ஓரமாக நின்றுபோனது.

“என்னப்பா ஆச்சி?” என்றார் கணேசன் பதட்டமாக.

“இருங்க சார், பார்க்கறேன்.” டிரைவர் இறங்கி காரின் பானட்டைத் திறந்து வைத்துக்கொண்டு ஆராயத் துவிங்கினான்.

“என்ன மருது இது? மணி என்ன?”

“நாலரை ஆகுது மாமா.”

“முகூர்த்தம் எத்தனை மணிக்கு?”

“அஞ்சரை டு ஆறு.”

“இன்னும் ஒரு மணி நேரம்தான் இருக்கு. அதுக்குள்ள போயிட முடியுமா?”

“மீனம்பாக்கம் தாண்டியாச்சு மாமா. மாம்பலத்திலதான் அந்தக் கல்யாண மண்டபம் இருக்கு. போய்டலாம். ஆனா முகூர்த்த நேரத்தை நினைச்சி நாம பதறவே வேண்டியதில்லை.”

“எப்படி?”

“நான் கொடுத்த தந்தி எப்பவோ கிடைச்சிருக்கும் மாமா. ஜீவா இந்நேரம் கல்யாணத்தை நிறுத்தியிருப்பார். அங்க கல்யாண மண்டபத்தில ஒரே ரகளையா இருக்கும்” என்ற மருது, “என்னப்பா ஆச்சி?” என்றான்.

"சரியாய்டுச்சி சார்..." டிரைவர் பானட்டை மூடிவிட்டு வந்து அமர்ந்து, ஸ்டார்ட் செய்ய, டாக்ஸி புறப்பட்டது.

"கொஞ்சம் வேகமாகவே போப்பா" என்றார் கணேசன்.

கைகளைக் கட்டிக்கொண்டு அமர்ந்திருந்த ராஜாத்தியின் முகத்தில் தூக்கம், சோர்வு மீறி ஒரு தவிப்பும் இருந்தது.

'ஜீவா எனக்குக் கிடைப்பாரா?'

***

ஜீவா கைகளை உயர்த்திக் கொண்டு நிற்க, அவன் நண்பன் ஒருவன் அவனுக்கு பட்டு வேட்டியை கட்டிக் கொண்டே,"வேட்டி கட்டத் தெரியாதுன்னு சொன்னா சிரிக்க மாட்டாங்க?" என்று கிண்டல்செய்தான்.

ஜீவா வெறுமையாய்ச் சிரித்தான்.

கீழே மண்டபத்தில் ஒலிக்கத் துவங்கிய நாதஸ்வர பார்ட்டியின் சப்தம் அறைக்குள் ஆக்கிரமித்தது.

ஜீவா கண்ணாடியில் தன்னைப் பார்த்துக்கொள்ள, அருகில் மணப்பெண் கோலத்தில் ராஜாத்தி! தப்பு இப்படியெல்லாம் நினைப்பது தப்பு. ஆனால்... விரும்பாமலே வருகிறதே இந்தக் கற்பனை!

"கல்யாண மாப்பிள்ளையா லட்சணமா சந்தோஷமா இரேண்டா. என்னவோ காதல்ல தோத்தவன் மாதிரி உம்முன்னு இருக்கே" என்றான் ஒருவன்.

ஒரு சிறுவன் ஓடி வந்து, "மாமா இந்தாங்க" என்று ஏழெட்டு தந்திகளைக் கொடுக்க, ஜீவா முதல் தந்தியைப் பிரித்தான். வாழ்த்து. அடுத்தது... வாழ்த்து. மூன்றாவதாக இருந்த ராஜாத்தியின் தந்தியைக் கையில் எடுத்து கிழித்து, பிரிக்கப் போனபோது...

சரவணன் உள்ளே வந்தான்.

"ஜீவா, ரெடியா? வா. அய்யர் கூப்புடறார். அட, வாப்பா! வாழ்த்து தந்தியை அப்புறம் பார்க்கலாம்..." அவன் கையிலிருந்த

அத்தனை தந்திகளையும் வாங்கி அருகிலிருந்த வெற்றிலை பாக்கு தட்டுக்கடியில் வைத்தான். நீங்க எல்லாரும் வாங்க."

ஜீவாவின் கையைப் பிடித்துக்கொண்டு சரவணன் அறைக்கு வெளியே வர, அவன் நண்பர்களும் பின்னாலேயே வந்ததும், "ஒரு நிமிஷம்" என்ற சரவணன் அந்த அறையைப் பூட்டி சாவியை கைப்பைக்குள் போட்டுக்கொண்டு, "வாங்க" என்றான்.

ஜீவா மணவறைக்கு வந்து அமர்ந்தான்.

***

30

அத்தியாயம்

அய்யர் மந்திரம் சொல்லத் துவங்கினார்.

வெற்றுப் பார்வையுடன், உற்சாகமில்லாத முகத்துடன் மணவறையில் அமர்ந்திருந்தான் ஜீவா. அய்யர் சொல்லும் மந்திரத்தை எல்லாம் உயிரே இல்லாமல் திருப்பிச் சொல்லிக் கொண்டிருந்தான்.

"பொண்ணை வரச் சொல்லலாமா?" சரவணன் கேட்டான்.

"ஏன், பொண்ணுக்கு அவ்வளவு அவசரமா? நேக்கு தெரியாதா? இன்னும் மாப்பிள்ளைக்குச் செய்ய வேண்டிய சடங்கெல்லாம் இருக்கே. நான் சொல்வேன்" என்றார் அய்யர்.

மாடியறையில் பார்வதி அலங்காரம் முடிந்து தனது உறவுப் பெண்களுடன் பேசிக் கொண்டிருந்தாள்.

"ரேவதின்னு என் ஃப்ரெண்டு ஒருத்தி மதுரைலேர்ந்து வருவா. வர்றதா தபால் போட்டிருந்தா. கீழே போய்ப் பாரேன். செகப்பா, உயரமா இருப்பா. வந்திருந்தா கூட்டிட்டு வாயேன்" என்றாள் ஒருத்தியிடம்.

“வந்தா இங்கே வர மாட்டாளா?” என்று சலித்துக்கொண்டே சென்றாள் அவள்.

யாரோ பார்வதியின் அம்மாவிடம் சுண்ணாம்பு டப்பா கேட்டார்கள்.

“இதோ எடுத்து தர்றேன்” என்று தேடி, அது கிடைக்காமல் அறையைவிட்டு வெளியே வந்து எதிர்ப்பட்ட சரவணனிடம் கேட்டாள்.

“இந்தாம்மா சாவி. மாப்பிள்ளை ரூமுக்குள்ள வெத்தலை பாக்கு தட்டு இருக்கு. அதில் சுண்ணாம்பு டப்பா பார்த்ததா ஞாபகம். எடுத்துக் கொடு. பாயாசத்துக்குச் சர்க்கரை பத்தலையாம். எடுத்துக் கொடுத்துட்டு வர்றேன்...”

அம்மா, ஜீவா அறையின் கதவைத் திறந்துகொண்டு உள்ளே வந்தாள். வெற்றிலை பாக்கு தட்டை கையில் எடுத்தபோது, அடியிலிருந்த தந்திகள் கீழே விழுந்தன.

குனிந்து எடுக்க... ஒன்று காற்றில் பறந்து கொண்டிருந்தது. அதில் ஏகப்பட்ட வரிகள் செய்தி அடிக்கப்பட்டிருப்பதைப் பார்த்ததும், படித்துப் பார்த்தாள்.

‘எனக்கு இன்னும் திருமணமாகவில்லை எல்லாம் என் மாமா மருது செய்த சூழ்ச்சி. உடனே திருமணத்தை நிறுத்தவும். நான் புறப்பட்டு நேரில் அங்கு கல்யாண மண்டபத்திற்கு வந்து கொண்டிருக்கிறேன்.’

– உங்கள் ராஜாத்தி

என்று ஆங்கிலத்தில் இருந்ததை எஸ்.எஸ்.எல்.சி. படித்திருக்கும் அவளால் அர்த்தம் புரிந்துகொள்ள முடிந்தது.

அவளுக்குத் திடீரென்று ஏற்பட்ட அதிர்ச்சியில் மயக்கமே வருவது போலிருந்தது.

சரவணன் ஜீவாவின் காதல் பற்றி, ராஜாத்தி மருதுவை திருமணம் செய்து கொண்டதைப்பற்றி எல்லாம் விரிவாகச் சொன்னது நினைவிற்கு வந்தது.

இப்போது இது என்ன புதுக் குழப்பம்? அந்த ராஜாத்தியே தந்தி கொடுத்திருக்கிறாளே! திருமணமாகவில்லையாமே. நேரில் வருகிறாளாமே! திருமணத்தை நிறுத்த வேண்டுமாமே! இதென்ன கொடுமை!

என் மகளின் வாழ்க்கைக்கு இப்படி ஒரு சோதனையா? மொட்டைமரமாகிப் போன அவள் வாழ்வில் வசந்த இலைகள் துளிர்க்கப் போவதாகக் கற்பனை செய்ததை எல்லாம் மறுபடி கலைத்து விடுவதா?

இந்தத் தந்தியை ஜீவாவும் சரி, வேறு யாரும் சரி, இன்னும் பார்க்கவில்லை போலிருக்கிறது. யாராவது பார்த்திருந்தால் இந்நேரம் ரகளையாகியிருக்குமே. இதுவரை ராஜாத்தி வரவில்லை இங்கு.

முகூர்த்தத்திற்கு இன்னும் அரை மணி நேரம்தான் இருக்கிறது. அதற்குள் அவள் வரவில்லை என்றால், இயல்பாக திருமணம் நடந்து விடும்.

அம்மா ஒரு தீர்மானத்திற்கு அவசரமாக வந்தாள்.

எப்படியும் என் மகள் கழுத்தில் தாலி ஏற வேண்டும். அதன் பிறகு அவள் கணவனை யாரும் சொந்தம் கொண்டாட முடியாது.

அந்த தந்தியை அவசரமாக மடித்து மடியில் மறைத்து வைத்துக்கொண்டு, அறையை விட்டு வெளிப்பட்டாள் அம்மா.

கல்யாண மண்டபத்தின் வாசலில் வந்து நின்றது டாக்ஸி.

அவசரமாக மருது, கணேசன், ராஜாத்தி மூவரும் இறங்கினார்கள். அவர்களை நோக்கி மூச்சுவாங்க ஓடி வந்தாள் பார்வதியின் அம்மா.

"ஏம்மா, நீதானே ராஜாத்தி? இந்த தந்தி நீதானே கொடுத்தது?" தந்தியைக் காட்டிக் கேட்டாள்.

"ஆமாம்" என்ற மருது, "நீங்க?" என்றான்.

"நான் பொண்ணுக்கு அம்மா. டாக்ஸில ஏறுங்க. அடுத்த வீதில ஒரு வீடு வாடகைக்கு பிடிச்சிருக்கோம் உறவுக்காரங்க தங்கறதுக்காக. அங்கேதான் எல்லாரும் இருக்காங்க. கல்யாணத்தை நிறுத்தறது பத்தி அங்க போய் விபரமா பேசிக்கலாம்."

மூவரையும் துரிதப்படுத்தி ஏற்றி, அம்மாவும் தன்னை யாரும் கவனிக்கிறார்களா என்று பார்த்துக் கொண்டு ஏறிக்கொண்டாள்.

அந்த வீட்டிற்குள் அழைத்து வந்து, "ம், விபரம் என்ன சொல்லுங்க" என்றாள்.

"எல்லாரும் இங்க இருக்கறதா சொன்னீங்க?"

"வந்துடுவாங்க. நீங்க முதல்ல என்கிட்ட சொல்லுங்க. நான் பெண்ணோட அம்மா. எதுக்காகக் கல்யாணத்தை நிறுத்தணும்?"

மருது சுருக்கமாக எல்லாம் சொன்னான்.

"அப்படின்னா, இந்தப் பொண்ணுதான் மணவறையில உக்காரணும். அதான் நியாயம். யாருக்கு யாருன்னு பகவான்தான் விதிக்கறாரு. என் பொண்ணுக்கு வேற மாப்பிள்ளை பார்க்க முடியும். ஆனா, மனசு விரும்பி பழகியிருக்கற இந்தப் பொண்ணுக்கு அவர் ஒருத்தர்தான் மாப்பிள்ளையா வர முடியும். முகம் கழுவி, தலை சீவிக்கம்மா. அழைச்சுட்டு வாங்க. நான் முன்னாடி போய் அங்க எல்லாருக்கும் விபரம் சொல்லிடறேன்" என்றாள் அம்மா உருக்கமாக.

"உங்க பெருந்தன்மையான மனசுக்கு எப்படி நன்றி சொல்றதுன்னே தெரியலை" என்று நெகிழ்ந்தார் கணேசன்.

"நானும் ஒரு பொண்ணுதான். வாங்க சீக்கிரம். நீங்க வந்த டாக்ஸில நான் போய் முதல்ல இறங்கிட்டு திருப்பி அனுப்பறேன்."

"சரிங்க" என்றான் மருது.

அம்மா வெளியே வந்து அந்த வீட்டின் கதவை மெதுவாக நகர்த்தி, பூட்டி, சாவியை இடுப்பில் செருகிக்கொண்டு, டாக்ஸியில் ஏறிக்கொண்டாள். "அவங்க குளிச்சி ரெடியாகணும். என்னை மண்டபத்தில விட்டுட்டு வந்துடுப்பா" என்றாள்.

மண்டபத்திற்கு வந்த அம்மா மணவறையில் ஜீவாவும், அவனருகில் கழுத்தில் மாலையுடன் தன் மகளும் இருப்பதைப் பார்த்து பெருமூச்சுவிட்டாள்.

மணவறை அருகில் வந்தாள்.

"எங்கம்மா காணோம் உன்னை?" என்றான் சரவணன்.

"பாத்ரூம் போயிருந்தேண்டா. மணி என்ன ஆச்சி பாரு?"

"ஆறாகப் போகுது."

"முகூர்த்த நேரம் முடியறதுக்குள்ள தாலி கட்ட வேணாமா? இன்னும் என்ன அய்யர் மந்திரம் சொல்லிக்கிட்டே இருக்காரு?"

அவள் சொன்னதைக் கேட்டுவிட்டுத் திரும்பிப் பார்த்த புரோகிதர் கோபமானார்.

"ஏம்மா, நேக்கு தெரியாதா? நீங்க நேக்கு சொல்லித் தர்றேளா? முகூர்த்தம் இன்னிக்கு ஆறரை மணி வரைக்கும் இருக்கு. சொல்ல வேண்டிய மந்திரங்களை திருப்தியா சொல்ல வேணாமா? சித்த பொறுமையா இருங்கோ" என்று கத்திவிட்டு மந்திரங்களைத் தொடர்ந்தார்.

மணவறையில் அமர்ந்திருந்த பார்வதி பெருமிதத்துடன் நிமிர்ந்து, யார் யார் வந்திருக்கிறார்கள் என்று பார்த்துக்கொண்டிருந்தாள்.

மண்டபத்தினுள்ளே அப்போதுதான் நுழைந்த தன் தோழி ரேவதியைப் பார்த்ததும் முகம் மேலும் மலர்ந்தது. புன்சிரித்தாள்.

ரேவதி கூட்டத்தில் கவனமாக கால் வைத்து நடந்து, மணவறைக்கு பின்புறம் வந்து குனிந்து அவள் காதருகில் பேசினாள்.

அடுத்த நிமிஷம் பார்வதி, “இருங்க அய்யரே...” என்று கூறி மணவறையை விட்டு எழுந்து கொண்டு, “அண்ணா” என்று சரவணனை அழைத்தாள்.

ஜீவா உட்பட அனைவரும் அவள் எழுந்ததைப் பார்த்து ஆச்சரியப்பட்டுப் பார்க்க, “என்னம்மா?” என்றான் சரவணன் பதறி.

“அம்மா இடுப்பில் இருக்கிற சாவியை வாங்கிட்டு, அடுத்த தெருவில் நம்ம பிடிச்ச வீட்ல இருக்கிறவங்களை உடனே இங்கே அழைச்சுட்டு வா...”

அம்மாவுக்குப் பகீரென்றது.

“அங்கே யாரு இருக்காங்க? என்ன சொல்றே?”

“ராஜாத்தி வந்திருக்கா. அம்மாவைக் கேளு. விபரமா சொல்வா.”

ஜீவா பதறி எழுந்துகொண்டு, “ராஜாத்தியா?” என்றான்.

“ஆமாங்க, உங்க ராஜாத்திதான். அவங்க அப்பா, மாமாவோட வந்திருக்கா. அவளுக்கு இன்னும் கல்யாணமாகலை. எல்லாம் அந்த மாமா செஞ்ச சதியாம். ராஜாத்தி தற்கொலை பண்ணிக்கப்போனதும், மாமா மனசு மாறி உண்மையைச் சொல்லி, உங்க ரெண்டு பேரையும் சேர்த்து வைக்க இங்கே அழைச்சுட்டு வந்திருக்கார். இதையெல்லாம் எங்கம்மா எப்படியோ தெரிஞ்சுக்கிட்டு அவங்களை வாசல்லயே மடக்கி அந்த வீட்ல ஜெயில் மாதிரி உள்ள வச்சி பூட்டிட்டு வந்துட்டாங்க. கல்யாணத்துக்கு வந்த என் ஃப்ரெண்டு, டாக்ஸில எங்கம்மா பேசினதைக் கேட்டு சந்தேகப்பட்டு பின்னாலேயே போய் எல்லாத்தையும் பார்த்துட்டு வந்து இப்பத்தான் சொன்னா. இங்க உட்கார்ந்து தாலி கட்டிக்க வேண்டிய பொண்ணு அவதான். அதுதான் முறை” என்றாள் பார்வதி.

“பார்வதி, நல்லா யோசிச்சுக்கம்மா” என்றாள் அம்மா.

"வாயை மூடும்மா. எவ்வளவு கேவலமான காரியத்தைச் செஞ்சிருக்கே நீ?"

"தம் பொண்ணு கழுத்துல தாலி ஏறணும்னு எந்த அம்மாவுக்குத்தான் தவிப்பு இருக்காது."

"அதுக்காக? இன்னொரு பெண்ணோட வாழ்க்கையை நசுக்கிட்டா? நேத்து ராத்திரி இவர் என்கிட்ட எவ்வளவு கண்ணியமா தன் காதலைப்பத்தி சொன்னார் தெரியுமா?"

பத்தே நிமிடங்களில் ராஜாத்தி, கணேசன், மூவரையும் அழைத்துக் கொண்டு வந்தான் சரவணன். வந்தவன் ஜீவாவின் கையைப் பிடித்துக்கொண்டான்.

"எங்கம்மா தன் பொண்ணு வாழ்க்கைதான் முக்கியம்னு நினைச்சு, அசட்டுத்தனமா செஞ்ச காரியத்துக்காக நான் மன்னிப்பு கேட்டுக்கறேன் ஜீவா. நீ இந்தப் பொண்ணு மேல எவ்வளவு தூரம் உயிரையே வச்சிருக்கேன்னு மத்தவங்களை விட எனக்கு நல்லாவே தெரியும்டா. இந்த ராஜாத்தியும் எனக்கு இன்னொரு தங்கச்சிதான். தெய்வாதீனமா நீங்க ஒண்ணு சேர சந்தர்ப்பம் கிடைச்சதை நினைச்சா சந்தோஷமா இருக்கு. உட்காரு. நேரம் போய்க்கிட்டிருக்கு. எல்லாம் அப்புறம் பேசிக்கலாம்."

சரவணன் ஜீவாவை உட்கார வைத்தான்.

அழுது கொண்டு நின்ற ராஜாத்தியின் விழிகளைத் துடைத்த பார்வதி, "கல்யாணப் பொண்ணு அழக் கூடாது" என்று மணமாலையை அவள் கழுத்தில் அணிவித்து ஜீவாவின் அருகில் உட்கார வைத்தாள்.

மேளம் முழங்க, ஜீவா ராஜாத்தி கழுத்தில் தாலி கட்டினான். கட்டிவிட்டு அவள் முகத்தை உற்றுப் பார்க்க, அவள் முகத்தில் மெல்ல, மெல்ல புன்னகையும், நாணமும் இணைந்து படர்ந்தது.

தனியறைக்குள் வேகமாக வந்த பார்வதி, அழுகை முட்டி தலையில் இருந்த பூவை எடுத்துப் போட்டு, பொட்டை அழிக்கச் சென்றபோது...

“ஒரு நிமிஷம்” என்று உள்ளே வந்தான் மருது.

“உங்களுக்கு மறுபடி சுமங்கலியாகிற பாக்கியம் என்னாலதான் தட்டிப் போனதை தாங்க முடியலைங்க. நான் செஞ்சது பாவம். அதுக்குப் பரிகாரம் வேணும். முகூர்த்த நேரம் இன்னும் இருக்கு. இன்னொரு தாலியும் இருக்கு. உங்களுக்கு ஆட்சேபணை இல்லைன்னா நான் உங்களை கல்யாணம் பண்ணிக்கறேங்க. என்மேல சந்தேகம் வேணாம். தப்பு செஞ்சி திருந்தினவன் ஒரு நல்ல மனுஷனவிட ரெண்டு மடங்கு அதிக நல்ல மனுஷனா இருப்பான்.”

“ஆமாம்மா” என்று குரல் கேட்க, சரவணன், ஜீவா, ராஜாத்தி மூவரும் உள்ளே வந்தார்கள். “நாங்களும் தான் ஆசைபடறோம்”

என்ன சொல்வது என்று திணறிய பார்வதியின் கண்களில் கண்ணீர் மட்டுமே பதிலாக வர, நெருங்கி அதை துடைத்த ராஜாத்தி, “கல்யாண பொண்ணு அழக்கூடாது” என்றாள்.

“சில சமயம் கண்ணீர் கூட சம்மதத்துக்கு அறிகுறிதான்” என்றான் ஜீவா.

முற்றும்

www.ingramcontent.com/pod-product-compliance
Lightning Source LLC
LaVergne TN
LVHW100231051026
849517LV00006B/1855
* 9 7 8 9 3 9 5 1 6 6 0 1 0 *